ப. கல்பனா

தற்போது சென்னையில் உள்ள பாரதி மகளிர் கல்லூரியின் தமிழ்த்துறையில் இணைப் பேராசிரியராகப் பணியாற்றிவரும் ப. கல்பனா, *'பார்வையிலிருந்து சொல்லுக்கு'* என்னும் கவிதைத் தொகுப்பின் வழி இலக்கிய உலகில் அறியப்பட்டவர். 2022 ஆம் ஆண்டு *'நானொரு நேனோ துகள்'* என்னும் கவிதைத் தொகுப்பை வெளியிட்டுள்ளார். சீனக் கவிதைகளை *'உதிர்ந்த இலைகளின் பாடல்'* என்னும் தலைப்பில் மொழிபெயர்த்து வெளியிட்டுள்ளார்.

பரலி சு. நெல்லையப்பர், பாரதியின் பெண்விடுதலைக் கருத்தாக்கம்: மரபும் புதுமையும் (மின் நூல்), *பாரதியின் முப்பெரும் பாடல்களில் பெண்புனைவு, காலத்தை வரையும் ஆளுமைகள்* ஆகிய கட்டுரை நூல்களை வெளியிட்டுள்ளார்.

சென்னைக் கிறித்தவக் கல்லூரியில் வனம் அமைப்பில் பல்வேறு கவிதைகளை எழுதியவர். ஆய்விதழ்களில் தொடர்ந்து கட்டுரைகளை எழுதிவரும் ப. கல்பனா, *'பாரதியின் பெண் கருத்தியல்'* என்னும் தலைப்பில் முனைவர் பட்ட ஆய்வை முடித்துள்ளார். இவருடைய பல கவிதைகள் பெண்ணியம் சார்ந்த கவிதை நூல்களில் தொகுக்கப்பட்டுள்ளன. ஆங்கிலத்திலும் மொழிபெயர்க்கப்பட்டுள்ளன.

கவிஞர் பா. இரவிக்குமாருடன் இணைந்து *'மலர்கள் விட்டுச் சென்ற வெற்றிடத்தில்'* என்னும் தலைப்பில் கொரியக் கவிதைகளையும் *'மிதக்கும் உலகம்'* என்னும் தலைப்பில் ஜப்பானியக் கவிதைகளையும் *'எரியும் தீப்பிழம்புகளின் நூறு நாக்குகள்'* என்னும் தலைப்பில் மணிப்பூரிக் கவிதைகளையும் மொழிபெயர்த்து வெளியிட்டுள்ளார். இந்நூல்கள் பரிசல் புத்தக நிலைய வெளியீடுகளாக வெளிவந்துள்ளன.

மானுடத்தின்
உன்னத விடுதலைக்குரல்
பாரதி

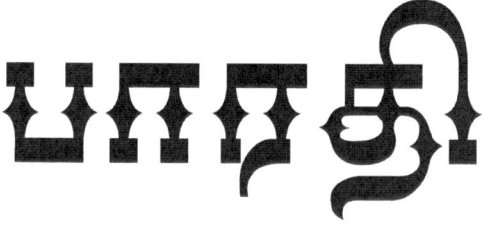

ப. கல்பனா

சுப்பிரமணிய பாரதியார் தமிழியற்புலம்
பாரதி இருக்கை வெளியீடு

பரிசல்

மானுடத்தின் உன்னத விடுதலைக்குரல் பாரதி
ப. கல்பனா
© ஆசிரியருக்கு

முதல்பதிப்பு: டிசம்பர் 2024
பக்கங்கள்: 88

வெளியீடு: சுப்பிரமணிய பாரதியார் தமிழியற்புலம், பாரதி இருக்கை & பரிசல் புத்தக நிலையம்
47, B1 பிளாட், தாமோதர் பிளாட் ஐஸ்வர்யா அப்பார்ட்மெண்ட்,
முதல் தளம், ஓம் பராசக்தி தெரு, வ.உ.சி நகர்,
பம்மல், சென்னை 600 075.
parisalbooks2021@gmail.com
தொடர்புக்கு: 93828 53646, 88257 67500

அட்டை, புத்தக வடிவமைப்பு: பா. ஜீவமணி
அச்சகம்: The Print Park, Chennai 600 117.

விலை: ரூ 100

Manudathin unnatha viduthalaik kural Bharathi
B. Kalpana
© Author

First Edition: December 2024
Pages: 88

by Subramania bharathi school of Tamil, Bharathi Chair & Parisal Putthaga Nilayam
No. 47 B1 Flat, First floor, Dhamodar Flat Aiswarya Apartment,
Om Parasakthi St, VOC Nagar, Pammal, Chennai 600 075.
Contact: 93828 53646, 88257 67500 | Parisalbooks2021@gmail.com

Wrapper, Book Layout: B Jeevamani
Printed by: The Print Park, Chennai 600 117.

Price: Rs. 100
ISBN: 978-81-19919-02-4

பாரதியின்
நினைவைப் போற்றும்
ஒவ்வொரு மனத்திற்கும்

நன்றி

பேராசிரியர் மு. சுதந்திரமுத்து,
பேராசிரியர் பாரதி புத்திரன்,
வனம் நண்பர்கள்,
முனைவர் பா. இரவிக்குமார்,
பரிசல் சிவ. செந்தில்நாதன்,
பா. ஜீவமணி, திரு கோ. கோபிராஜ்,
சுந்தர், கீர்த்தனா, சரண்ராஜ்.

பொருளடக்கம்

1. முன்னுரை 9
2. பாரதியியலிலும்
   நூறு பூக்கள் மலரட்டும் 11
3. மானுடத்தின் உன்னத
   விடுதலைக்குரல் பாரதி 15
4. துணைநூற்பட்டியல் 81

'ஆணும், பெண்ணும் ஒருயிரின் இரண்டு கலைகள் என்றெழுது. அவை ஒன்றிலொன்று தாழ்வில்லை என்றெழுது. பெண்ணைத் தாழ்மை செய்தோன் கண்ணைக் குத்திக்கொண்டான் என்றெழுது. பெண்ணை அடைத்தவன் கண்ணை அடைத்தான் என்றெழுது' - பாரதி

முன்னுரை

பாரதி எழுதிய நாட்டுப் பாடல்களைத் தேச விடுதலைக்காக எழுதப்பட்ட பாடல்களாக மட்டும் நோக்காமல், ஒட்டுமொத்த மனிதகுல விடுதலைக்குமான பாடல்களாக வாசிக்கும்பொழுது, அவரது பன்முகப் பரிமாணம் தெளிவாகப் புலனாகும். பல்வேறு சூழல்களின் பின்னணியில் பாரதியால் புனையப்பட்ட நாட்டுப் பாடல்களில், பெண்ணுரிமை தொடர்பான முற்போக்கான பல கருத்துகள் எடுத்துரைக்கப்பட்டுள்ளன. குறிப்பிட்ட வர்க்கம், சாதி, மதம், இனம் என்ற தடைகளைத் தாண்டி, மனிதகுலம் முழுமைக்குமான பிரபஞ்சப் பார்வையுடன் பாரதி பேசியுள்ளார்.

இச்சிறுநூல், பாரதி எழுதிய நாட்டுப் பாடல்களிலுள்ள பெண் விடுதலை மற்றும் நாட்டு விடுதலை குறித்த கருத்துகளை விவாதிக்க முனைகிறது. பெண்ணை ஆக்கபூர்வமான ஆற்றலாக இனம்கண்டு, பல பாடல்களில் பாரதி அடையாளப் படுத்தியுள்ளார். பாரதியின் எழுத்துகள், இன்றளவும் பல்வேறு விவாதங்களைக் கிளறிவிடும் திறந்தநிலைப் பிரதிகளாகக் காணப்படுகின்றன.

பாரதியின் நாட்டுப் பாடல்களைப் படிக்கும் எவரும், நாட்டின் மீதும் மனிதர்களின் மீதும், குறிப்பாகப் பெண்களின் மீதும் கரிசனம் கொண்ட ஒரு தூய இதயத்தை, அதில் துடிக்கும் ஆன்மாவை, அன்பின் தரிசனத்தை நிச்சயம் காண்பார்கள்.

நாடு, இனம், மதம், மொழி என்ற பேதங்களில்லாமல் மனிதகுலம் முழுமைக்குமான விடுதலையை வேண்டும் ஓர் அன்புள்ளத்தின் ஊற்றுகளாகப் பாரதியின் கவிதைகள் திகழ்வதை நானறிந்த வகையில் சொல்ல முன்வந்துள்ளேன்.

இந்நூலை வெளியிட முன்வந்த பரிசல் செந்தில்நாதனுக்கும், சுப்பிரமணிய பாரதியார் தமிழியற்புலம், பாரதியார் இருக்கையின் பொறுப்பாளர் பேராசிரியர் பா. இரவிக்குமார் அவர்களுக்கும் மனம் நிறைந்த நன்றி.

குறுகிய காலத்தில் அழகுற இந்நூலை வடிவமைத்துக் கொடுத்த திரு பா. ஜீவமணி அவர்களுக்கும் தட்டச்சு செய்து கொடுத்த திரு சுந்தருக்கும் நன்றி.

மானுடத்தின் விடுதலைக் குரலை எப்பொழுதும் எழுப்பிக் கொண்டிருக்கும் உன்னதக் கவிஞர் பாரதி குறித்ததொரு நீண்ட கட்டுரையே இச்சிறு நூல். இந்நூலை வாசித்துக் கருத்துகளைப் பகிர்ந்தால் மகிழ்வேன்.

சென்னை
11.12.2024

அன்புடன்
ப. கல்பனா

அணிந்துரை

பாரதியியலிலும் நூறு பூக்கள் மலரட்டும்

தன் வாழ்நாளின் இறுதிவரை சாத்திரங்கள், சடங்குகள் ஆகியவற்றிற்கு எதிராகச் செயல்பட்ட மகாகவிஞன் பாரதி. பாரதியியலையே சடங்காக்கிவிடக் கூடாது என்பதில் விமர்சகர்கள் கவனமாக இருக்க வேண்டும். ஆனால், கல்விப்புலத்தில் மேற்கொள்ளப்படும் பெரும்பாலான முனைவர் பட்ட ஆய்வுகள் சடங்குகளாகிவிடுவதைப் பார்க்கிறோம். பாரதியின் பிறந்தநாளும், மறைந்தநாளும் கூட அப்படித்தான். பாரதி, பாரதிதாசனின் கருத்தாக்கங்கள் தமிழ்ச் சமூகத்தில் எப்போது கரைகிறதோ, அப்போதுதான் இந்தச் சமுதாயம் மேன்மையடையும். அதற்கான ஒரேவழி பாரதியை மீண்டும் மீண்டும் பேசுவதுதான். இந்த ஆய்வு நூலை எழுதியிருப்பதன் வாயிலாக முனைவர் ப. கல்பனா, பாரதியியல் அறிஞர்கள் வரிசையில் தன்னையும் இணைத்துக் கொண்டுள்ளார்.

கவிஞர், மொழிபெயர்ப்பாளர் என்கிற முத்திரை ப. கல்பனாவிற்கும் உண்டு. சென்னைக் கிறித்தவக் கல்லூரியில் முதுகலை பயின்ற கல்பனா, சிறந்த கட்டுரையாளரும் கூட. பாரதிபுத்திரனிடம் பாடம் கேட்கின்ற அரிய வாய்ப்பினைப் பெற்றவர். பாரதிபுத்திரனிடம் (ச. பாலுசாமி) பயில்வது என்பது நூறு நூலகத்தில் ஒரே சமயத்தில் படிப்பதற்குச் சமம். சற்றே மிகையாகத் தோன்றினாலும், இதிலுள்ள அடிப்படை

உண்மையைத் தேர்ந்த வாசகர்கள் புரிந்து கொள்வார்கள் என நம்புகிறேன்.

பாரதி குறித்து மிகுதியான நூல்கள் எழுதப்பட்டுவிட்டன என்பது உண்மைதான். ஆனால் மேலும் மேலும் நூல்கள் வரவேண்டும். இங்கிலாந்தில் ஷேக்ஸ்பியருக்கு எவ்வளவு ஆய்வுகள் வந்திருக்கின்றன? அப்படி, வள்ளுவனுக்கும், கம்பனுக்கும், பாரதிக்கும், பாரதிதாசனுக்கும் எண்ணிக்கையற்ற அளவில் நூல்கள் பெருக வேண்டும்.

இந்த நூலில் பாரதி தன்னுடைய காலகட்டத்தில், தேச விடுதலையைப் பேசிய அதேவேளையில், பெண் விடுதலை குறித்த கருத்தாக்கங்களை எவ்வாறு பேசியிருக்கிறான் என்பதை நுட்பமாகப் பதிவு செய்துள்ளார், ப. கல்பனா. குடும்பம், கற்பு, காதல் குறித்தெல்லாம் பாரதி எவ்வாறு சிந்தித்துள்ளார் என்பதைத் தர்க்கத்தின் அடிப்படையில் கல்பனா நிறுவியுள்ள விதம் வியக்கத்தக்கதாக உள்ளது. தன் கருத்துகளை நிலைநாட்ட, சீனி.விசுவநாதன், பெ. தூரன், பெ.சு. மணி, எஸ். தோதாத்ரி, ரா.அ. பத்மநாபன், தொ.மு.சி. ரகுநாதன், பிரேமா நந்தகுமார், பெ. மணியரசன், அ. மார்க்ஸ், க. கைலாசபதி, இரா. பச்சியப்பன் என்று ஏராளமான அறிஞர்களின் நூல்களிலிருந்து சான்றுகளைத் திரட்டித் தந்துள்ளார்.

> “பெண்கள் முன்னேற்றம் குறித்த உலகளவிலான சிந்தனைகளைத் தொகுக்க முற்படுவோர் பாரதியை விடுக்க இயலாது. பெண்கள் முன்னேற்றம் குறித்த உலகச் சிந்தனையாளர்களின் வரிசையில் பாரதி முன்னணியில் நிற்கிறார் என்று கூறுவதே பொருத்தமுடையதாகும்.”

என்கிற பெ. தூரனின் கருத்தைக் கையாண்டு, எதனையும் உலகமளாவியதாகப் பார்க்கும் பாரதி, பெண்ணுரிமையையும் தம் உலக நோக்கிலிருந்தே காண்கிறார் என்பதை இந்த ஆய்வு நூலில் நிறுவியுள்ளார்.

ஔவையாரையும், நிவேதிதா தேவியையும் முன்னிலைப்படுத்தி, அவர்களால் உத்வேகம் பெற்று, பெண்மையின் பெருமையை தேச விடுதலைப் பாடல்களில்கூட வாய்ப்புள்ள இடங்களிலெல்லாம் பாடிய மகாகவிஞன் பாரதி என்பதை நிறுவுவதே இந்த ஆய்வின்

அடிப்படை. ஆனால், மரபு சார்ந்த பார்வை பாரதியிடத்திலும் உண்டு. தமிழ்ச் சமூக ஆணின் மனநிலையைப் பாரதியும் முன்மொழிந்துள்ளதை ஏற்கத்தான் வேண்டும். ஓர் ஆய்வாளர் என்ற முறையில், இக்கருத்தையும் ப. கல்பனா முன்மொழிந்துள்ளார். ஆனால், அதற்கு அடிப்படையாக அன்றைய 'ஆண் முதன்மைச் சமூகச் சூழலே' காரணம் என்பதைச் சுட்டவும் கல்பனா தயங்கவில்லை.

ஓர் ஆய்வு நூலைக்கூட சுவாரஸ்யமாக எழுதமுடியும் என்பதற்கு இந்த நூல் சான்று.

வீடு என்பதைப் பாரதி சிறையாகப் பார்க்கவில்லை; கற்பு என்கிற கருத்தாக்கம் இரு பாலினத்திற்கும் பொதுவானது என்பதே பாரதியின் நிலைப்பாடு; வீட்டு வாழ்வில் மட்டுமல்ல; நாட்டு முன்னேற்றத்திலும் பெண்களுக்குப் பெரும் பங்குண்டு என்றே பாரதி கருதினார்; ஆண் தெய்வத் தொன்மங்களைப் பாரத தேவனாகப் பயன்படுத்தாமல், 'பாரத தேவி' என்ற தாய்த் தொன்மத்துக்கே பாரதி முதன்மையளித்துள்ளார்.

பாரதியின் வாழ்க்கை வரலாறு, அன்றைய சமுதாயச் சூழல், வரலாற்றுப் பின்னணி, இந்து மரபு, அதை மீறிய பாரதியின் முற்போக்கு நிலைப்பாடு ஆகியவற்றின் அடிப்படையில் மேற்கொண்ட கருத்தாக்கங்களை ப. கல்பனா இந்த ஆய்வு நூலில் தந்துள்ளார்.

ப. கல்பனாவின் உழைப்பை இன்றைய ஆய்வுலகம், கண்டுகொள்ள வேண்டும் என்ற ஒரே நோக்கத்திற்காகத்தான் இச்சிறுநூல்.

புதுவைப் பல்கலைக்கழகத்தில், சுப்பிரமணிய பாரதியார் தமிழியற்புலத்தில் நிறுவப்பட்டுள்ள பாரதி இருக்கையின் பொறுப்பாளர் என்ற முறையில், இந்த நூலைப் பரிசல் செந்தில்நாதனோடு இணைந்து கொண்டு வருவதில் களிப்படைகிறேன்.

பாரதியியலிலும் நூறு பூக்கள் மலரட்டும்.

அன்புடன்,
பா. இரவிக்குமார்

மானுடத்தின் உன்னத விடுதலைக்குரல் பாரதி

பாரதியார் வாழ்ந்த காலம், இந்தியச் சமூகத்தில் மிகப்பெரிய மாறுதல்கள் நிகழ்ந்த காலமாகும். நிலவுடைமைச் சமூகம் உடையத் தொடங்கி, முதலாளித்துவச் சமூகம் மேலெழத் தொடங்கிய காலத்தில் மன்னராட்சி மறையத் தொடங்கிக் கிழக்கிந்தியக் கம்பெனியின் ஆளுகைக்கு நாடு ஆட்பட்ட காலத்தில் பாரதி வாழ்ந்தார். ஆங்கிலக் கல்வியின் வாயிலாகப் பல பழைய நம்பிக்கைகள் கேள்விக்குட்படுத்தப்பட்டுப் புதிய விழிப்புணர்ச்சி, விடுதலை இயக்கம் வழியே நாடு முழுவதும் பரவத் தொடங்கியபோது, குறிப்பாகப் பெண்களின் வாழ்வில் கல்வி, வேலை, சொத்துரிமை, மணத்தேர்வு, மணவிலக்கு, மறுமணம் போன்ற உரிமைகளுக்கான போராட்டம் வலிமையுற்றபோது, இப்புதிய காலத்தின் அறைகூவல்களை முனைப்புடன் ஏற்றுத் தம் படைப்புகளில் கூர்மையாக அவற்றைப் பதிவு செய்யும் கலைஞராகப் பாரதியார் பரிணமித்தார்.

இந்தியச் சமூகத்தில் ‘சதி’ என்னும் உடன்கட்டை ஏறும் வழக்கமும், ‘பால்ய விவாகம்’ என்னும் குழந்தை மணமும், ‘வைதவ்யம்’ என்னும் ஆயுட்கால விதவை வாழ்வும், ஆகப்பெரிய கொடுமைகளாகப் பெண்களின் வாழ்வில் திணிக்கப்பட்டிருந்தன. இவற்றைக் கடுமையாக எதிர்த்த சீர்திருத்தவாதிகளால் ‘ஆரிய சமாஜம், பிரும்ம சமாஜம், பிரார்த்தனா சமாஜம்’ போன்ற சமூக அமைப்புகள் கட்டப்பட்டன. இவற்றுடன் ‘கண்மூடி வழக்கமெல்லாம் மண்மூடிப் போகவேண்டும்’ எனப் பாடிய வள்ளலாரின் சமரச சன்மார்க்க இயக்கமும்,

பெண்ணாகத் தம்மைப் பாவனை செய்து இறைவனுடன் ஒன்ற முனைந்த இராமகிருஷ்ணரின் இயக்கமும் பாமர மக்களிடமும் குறிப்பிடத்தக்க விழிப்புணர்வை ஏற்படுத்தின. தேசிய இயக்கமாகிய 'காங்கிரஸ்' கட்சி, அரசியல் விடுதலையுடன் சமூக விடுதலைக்கும் பங்களிப்புச் செய்தது. மேலும், நீதிக்கட்சி உள்ளிட்ட திராவிட இயக்கங்களும், தலித்திய இயக்கங்களும், ஆண் பெண் உள்ளிட்ட அனைத்து மக்களும் 'சரிநிகர்' எனும் சமத்துவச் சிந்தனையைப் பரப்பின.

மேற்குறிப்பிட்ட பல்வேறு அமைப்புகளும், இந்தியச் சமூகத்தில் நிலவிய தீமைதரும் மூடநம்பிக்கைகளை அழித்தொழிக்கும் பணியில், தத்தம் கருத்தியல் நோக்குச் சார்ந்து செயல்பட்டன. இத்தகைய சீர்திருத்தப் பின்னணியுடன் கூடிய வரலாற்றுத் திருப்புமுனைக் காலகட்டத்தில் வாழ்ந்த பாரதியும், அவருக்கேயுரிய புரட்சி நோக்காலும், தவிர்க்கவியலாத புறச்சூழலாலும், சமூகச் சீர்திருத்தம் பற்றிக் குறிப்பாகப் பெண்ணுரிமையும் பெண் விடுதலையும் குறித்துத் தீவிரமாகப் பேச வேண்டியவரானார்.

பாரதநாடு, விடுதலை இயக்கம், தேசியத் தலைவர்கள், தமிழ்நாடு மற்றும் பிற நாடுகளைப் போற்றிப் பாரதியார் பாடியுள்ள பாடல்கள் 'தேசிய கீதங்கள், ஸ்வதேச கீதங்கள், சுதேச கீதங்கள், நாட்டுப் பாடல்கள், ஜன்மபூமி' எனப் பல பெயர்களால் குறிப்பிடப்படுகின்றன. இவற்றுள் 'நாட்டுப் பாடல்கள்' என்ற பெயரே, இங்குப் பயன்படுத்தப்பட்டுள்ளது. இந்நாட்டுப் பாடல்களில் காணப்படும் 'பெண்' குறித்த பாரதியின் கருத்துகளைத் தொகுத்துக் கொள்ளலாம். இங்குப் பல்வேறு நிகழ்ச்சிகள் மற்றும் மனிதர்கள் பற்றிப் பாரதி பாடக் காண்கிறோம். இப்பாடல்களின் பாடுபொருள் அரசியலாக இருந்தபோதிலும், அரசியல் பாடல்களிலும் பாரதி பெண்ணைப் புறக்கணிக்காமல், 'வீடே பெண்ணின் உலகம்' எனப் பெண்ணைக் குறுக்காமல், பெண்ணுக்கு ஆதரவாகவும் பெண்ணின் அடையாளத்தைப் பேணுகின்ற முறையிலும் கருத்துகளை வெளிப்படுத்தியுள்ளார். எனினும், சில நாட்டுப் பாடல்களில் காணப்படும் குடும்ப வாழ்வில் பெண்ணுக்குள்ள கடமைகள் குறித்த பாரதியின் கருத்துகள், மிகவும் விரிவான விவாதத்திற்குரியவையாகும்.

பெண்ணும் ஆணும் சேர்ந்து மணம் செய்து ‘பிள்ளைகள் பெற்று வாழ ஏதுவாக ஏற்பட்ட அமைப்பே குடும்பமாகும். இக்குடும்ப வாழ்வின் கடமைகளும் பொறுப்புகளும் பெண் ஆண் இருவருக்கும் பொதுவானவையாகும். ஆனால், நடைமுறையில் அவ்வாறு இல்லை. வினை ஆடவர்க்கே உயிராகவும், மனையுறை மகளிர்க்கு வீடே சிறையாகவும் உள்ளது. இவ்வகையில், குடும்ப அமைப்பைத் தன் கற்பால் உழைப்பால் பொறுப்பால் தாங்கி நிற்க வேண்டிய சுமைதாங்கியாகவும் சமைத்தல், துணி துவைத்தல், வீடு கழுவுதல், பிள்ளைகள் பெற்றுப் பேணுதல் என ‘வீடு’ சார்ந்த அனைத்து வேலைகளுக்குமான அடிமையாளாகவும் பெண்ணைத் தமிழ்ச் சமூகம் பன்னெடுங் காலமாகக் குறுக்கி வந்துள்ளமையைக் காண்கிறோம். இவ்வாறு பெண்ணை அடிமைப்படுத்தும் சிந்தனைகளைக் குறிப்பிடத்தக்க அளவில் கண்டித்தாலும், சில இடங்களில் பழமையைப் பேணும் போக்கையும் பாரதியிடம் காண முடிகிறது.

வீட்டு வேலைகள், குழந்தைகள் வளர்ப்பு, சுற்றத்தாரைப் பராமரித்தல், கற்புநிலை பேணுதல், விடுதலைக் காதலை வெறுத்தல், குடும்பப் பொறுப்புடன் வாழ்தல் என்பனவற்றில் பெண்ணுக்கான பங்களிப்பைப் பாரதியும் பெருமளவு வலியுறுத்துகிறார். ஆணாதிக்கச் சூழலில் வாழ்ந்து கொண்டே கடுமையாகப் போராடுவதன் வழியாகத் தமக்கான உரிமைகளைப் பெண்கள் பெற இயலுமென்றும் அவர் கருதுகிறார்.

> *“பெண்ணின் நெஞ்சிற்கு இதமெனலாவது*
> *பெற்ற பிள்ளைகள் பீடுறவேயன்றோ?”*
>
> *(வங்கமே வாழிய, பாடல்: 3; ப.2)*

என்றும்,

> *“தஞ்சமடைந்த பின் கைவிடலாமோ?*
> *தாயும் தன் குழந்தையைத் தள்ளிடப் போமோ?”*
>
> *(ஸ்ரீகிருஷ்ண ஸ்தோத்திரம், பாடல் 2; ப.58)*

என்றும், பெற்ற பிள்ளைகளைக் காத்து அவை சிறப்புறுவதைப் பெண்ணின் நெஞ்சிற்கு இதமளிக்கும் செயல்பாடாகப் பாரதி காண்கிறார். குடும்ப அமைப்பின் குறைபாடுகளைத் திருத்திக்கொண்டு, சரிநிகர் சமானமாகப் பெண்ணும் ஆணும்

இன்புற்றுப் பிள்ளைகள் பெற்று, அவர்களின் மேம்பாட்டுக்காக உழைத்து அவர்களின் வெற்றியில் மனம் மகிழ்ந்து வாழ்வதே மனித வாழ்வின் பயனென்ற பழைய கொள்கையில் பாரதிக்கு மறுப்பில்லை. குடும்ப அமைப்பு மூலம் பெண்ணைத் தாழ்த்திப் பிள்ளை பெற்று வளர்க்கும் வெறும் இயந்திரமாக அவளை ஆக்கும் ஆணாதிக்கச் சிந்தனைகளை மட்டுமே பாரதி கண்டிக்கிறார்; குடும்ப அமைப்பையே கண்டிக்கவில்லை என்பது கருதத்தக்கதாகும். இது குறித்து,

> "ஆணுக்கும் பெண்ணுக்கும் சமமான வாழ்க்கை நடைமுறையாக்கப்பட வேண்டும் என்பதில் உறுதியையும் வேகத்தையும் காட்டும் பாரதியார், மரபு சார்ந்த கருத்தியல்களை மாற்றுவதில் பொறுமையைக் கடைப்பிடிக்க வேண்டும் என்று கூறுவதை நாம் எண்ணிப் பார்க்க வேண்டும். பெண் பற்றிய சில அடிப்படைத் தொன்ம விதிகளை குடும்ப அமைப்புக்கான விதிகளை மாற்றாமல் பாதுகாத்தல் வேண்டும் என்பதில் பாரதி உறுதியாக இருந்தமை தெளிவாகிறதல்லவா!... ஆணாதிக்கச் சமூகத்தைச் சார்ந்த ஓர் ஆணின், இந்து மரபியல் வழி வந்த விடுதலைத் தாகமுடைய ஓர் ஆன்மீகவாதியின், மனிதநேயமுடன் சமூகத் தீமைகளை எதிர்க்கும் கோபமுள்ள ஒரு கவிஞனின் பெண் விடுதலை பற்றிய கருத்துகள் இப்படித்தான் இருக்க முடியும்... பாரதி முன்னிறுத்திய மாற்றங்கள் பெண்ணுக்கானவை அல்ல; பெண்ணின் நலங்களைப் பயன்படுத்திக் கொள்ளும் குடும்பத்திற்கானவை; அத்தகைய குடும்ப அமைப்பைக் கட்டிக் காக்கும் ஆதிக்க சமூகத்திற்கானவை. இத்தகைய பெண் விடுதலை எண்ணங்களும், பெண் உரிமை இயல்பைக் கட்டுப்படுத்துபவையே! பெண்ணின் வாழ்விற்குப் புதிய எல்லைகள் வகுப்பவையே!"[1]

என்பார் தி.சு. சத்தியம். இவ்வாறு பெண்ணைக் குடும்பத்தைக் காப்பவளாகக் குறுகிய எல்லைகளுக்குள் பாரதி வரையறுக்க

---

1. வீ. அரசு (பதி.), பெண்ணியமும் பாரதியும், தி.சு. சத்தியம், 'பெண் பற்றிய தொன்மக் கருத்துக்கள்', பக். 38, 39.

முயன்றாலும், இதற்கு முரணான முறையில் அவளது அரசியல் பங்கேற்பை வரவேற்பவராகவும் பாரதி திகழ்கிறார்.

ஒரு நாட்டின் விடுதலைப் போராட்டம் முழுவெற்றியடைய வேண்டுமானால், அது மக்களிடம் குறிப்பாகப் பெண்களிடம் சென்று சேரவேண்டும் என்ற இயக்கவியல் புரிதல் பாரதியிடம் இருந்தது. இதன் விளைவாகத்தான்,

> *“ஆரிய பூமியில்*
> *நாரியரும் நர*
> *சூரியரும் சொலும்*
> *வீரிய வாசகம் வந்தேமாதரம்”*
>
> *(வந்தே மாதரம், பாடல்: 3; ப.5)*

என்றெழுதப் பாரதியால் முடிந்தது எனலாம். இப்பாடலில், ‘வந்தேமாதரம்’ என்று முழங்க வருமாறு பெண்களையும் அழைப்பதன் மூலம், அவர்களை அரசியல் மயப்படுத்தவும் பாரதி விரும்புவதை அறியலாம். இது பற்றிப் பாரதி,

> “நாகரிகம் பெற்று வரும் ஜாதியாருக்கு முதலடையாளம், அவர்கள் ஸ்திரீ ஜனங்களை மதிப்புடன் நடத்துவதேயாகும். மாதர்கள் உதவியின்றி ஒரு தேசமும் எவ்விதமான அபிவிருத்தியும் அடைய முடியாது... பாரதநாடு இப்போது அடைந்திருக்கும் இழிவு நிலைமையிலிருந்து உன்னதம் பெற வேண்டுமானால், ஆண்கள் மட்டுமேயல்லாமல் பெண்களும் தேசபக்தியிலே சிறந்தவர்களாக வேண்டும்”[2]

எனக் கூறுவதும் கருதத்தக்கதாகும். மேலும், அன்னையர் மற்றும் அவர்தம் பெருமித நினைவுகளை எழுப்பிப் பாரதி ‘நாட்டு வணக்கம்’ செய்ய முனைவதும், அரசியலில் பெண் பங்கேற்பைச் சாத்தியப்படுத்துவதற்கான ஓர் உந்துவிசையே எனலாம். இது பற்றி,

---

2 சீனி. விசுவநாதன் (பதி.), *கால வரிசைப்படுத்தப்பட்ட பாரதி படைப்புகள்,* இரண்டாம் தொகுதி, பக். 355–357.

> "தேசிய விடுதலையையும் பெண் விடுதலையையும் பாரதியார் தனித்தனியே பிரித்துப் பார்க்கவில்லை"[3]

எனப் பாரதியாரின் பார்வையை விளக்குவர். அரசியல் விடுதலையில் பெண்ணுக்கும் பாரதியார் உரிய மதிப்பளிப்பதைப் பின்வரும் பாடல் அடிகளால் அறியலாம்.

> "இன்னுயிர் தந்துஎமை ஈன்றுவளர்த்து அருள்
>   ஈந்ததும் இந்நாடே - எங்கள்
> அன்னையர் தோன்றி மழலைகள் கூறி
>   அறிந்ததும் இந்நாடே - அவர்
> கன்னியராகி நிலவினில் ஆடிக்
>   களித்ததும் இந்நாடே - தங்கள்
> பொன்னுடல் இன்புற நீர்விளையாடி இல்
>   போந்ததும் இந்நாடே - இதை
> வந்தே மாதரம் வந்தே மாதரம்
> என்று வணங்கேனோ?
>
> மங்கையராய் அவர் இல்லறம் நன்கு
>   வளர்த்ததும் இந்நாடே - அவர்
> தங்க மதலைகள் ஈன்று அமுதூட்டித்
>   தழுவியதும் இந்நாடே"
>
> *(நாட்டு வணக்கம், பாடல்: 2, 3; ப.9)*

என்று, பெற்ற தாய்மார்களை முன்னிறுத்தி, அவர்தம் பாசத்தையும் பண்புகளையும் நினைவூட்டி, 'நாட்டு வணக்கம்' செய்கிறார். அரசியலிலிருந்து பெண்களை விலக்கி நிறுத்தும் பொதுவான ஆண் மனப் போக்கிற்கு முற்றிலும் வேறுபட்ட புதுமையான பார்வையாகப் பாரதியின் இந்தப் 'பெண்' நோக்கைக் கொள்ளலாம். இதற்கு,

> "மஹாகவி சிறு வயதிலேயே தாயை இழந்தவர். தாயன்பையே உணராதவர். 'அம்மா' என்ற சொல்லே இவரைப் புளகிக்கச் செய்யுமாம். தமது அன்பையெல்லாம்

---

3 சி. வாசுகி, சி. அயோத்தி, பன்முக நோக்கில் பெண்ணியப் பதிவுகள், 'பெண்ணியக் கருத்தாடல் பாரதியை முன்வைத்து', ப.65.

தேசமாகிய தாயிடம் பொழிந்து அதைக் கவிதையுருவில் வெளியாக்கியிருக்கிறார்”[4]

எனக் காரணம் கற்பிப்பர். இவ்வாறு தாயைப் போற்றி வழிபடுவதுடன், ‘பெண்மை ’ குறித்த நவீன நோக்கும் பாரதியிடம் முனைப்புற்றிருந்ததாகத் தெரிகின்றது. ‘பாரத தேவியின் திருத்தசாங்கம்’ பாடலில், பாரத தேவியின் இயல்பு குறித்து,

“தேரில் பரிமிசை ஊர்வாள் அல்லள்
பாரனைத்தும் அஞ்சும்
அரிமிசையே ஊர்வாள் அவள்”
(பாரதத்தேவியின் திருத்தாங்கம், பாடல்: 6 ப.12)

எனச் சிங்க வாகனத்தில் பயணிப்பவளாகப் பாரத தேவியைப் போற்றிப் பாடுகிறார் பாரதி. இது பற்றி,

“பரம சாதுவான நம் பாரத தேவியைக்கூட, வங்காளச் சகோதரர்களின் கொள்கையை அனுசரித்து இவரும் சிங்க வாகனத்தில் ஏற்றி வைத்திருக்கிறார்”[5]

என்பர். எனினும், இங்குச் சிங்கத்தை ஊர்தியாகக் கொண்ட துர்க்கையாகப் பாரத தேவியைப் பாரதி உருவகிப்பதாக மட்டும் பொருள் கொள்ளக்கூடாது; வாகனம் ஓட்டும் நவீனப் பெண்ணின் உருவத்தைப் பாரத தேவியாகப் பாரதி காண்பதாகக்கூடக் கூறலாம். இக்கருத்து, பாரதியின் பாடலில் நேரடியாக இல்லைதான். ஆனால், மேற்காட்டிய அடிகளில், ‘அரிமிசை ஊரும் பெண்’ பற்றிய பெருமித உணர்வு உள்ளோடுவதைப் புரிந்துகொள்ள நாம் தவறிவிடக் கூடாது. இவ்வாறு ஆன்மிகத்தையும் அரசியலையும் பெண்ணிய நோக்கில் பாரதி இணைப்பது குறித்து,

“பழங்காலப் பெருமை, வீழ்ச்சிக்குரிய காரணங்கள், விடுதலை பெறும் இந்தியாவின் மறுமலர்ச்சி மூன்றையும் இணைத்து நோக்கும் பாரதி, ஆன்மீக அடிப்படையில் தேசிய ஆற்றலை ஒன்று சேர்க்கலாம் என்று கருதுகிறார். எனவேதான் தேசபக்தியோடு தெய்வபக்தியை

4 தி.சா. ராஜூ, *பாரதி வழி*, ப.18.

5 பி.ஸ்ரீ. பாரதி – *நான் கண்டதும் கேட்டதும்*, ப.99.

இணைக்கிறார். பாரத நாட்டைப் பாரத தேவியாகப் பார்க்கிறார், பார்க்கும்படி தூண்டுகிறார்"[6]

என்பர். எனவே, தேசபக்தியுடன் இணைந்த தெய்வபக்தியையே பாரதி போற்றியதாகவும், தேசத்தைப் பொருட்படுத்தாத ஆன்மிகத்துக்குப் பாரதி முதன்மையளிக்காததாகவும் கொள்ளலாம்.

பாரதி பாடிய தேசபக்திப் பாடல்களை, நாடு விடுதலை பெற்று எழுபத்தைந்து ஆண்டுகளாகிவிட்ட இன்றைய சூழலில், பழைய நாட்டுப்பற்றுப் பாடல்களாக மட்டுமே கருதுவதற்கில்லை. அவ்வாறு மட்டுமே அவை இருந்தால், கவிதைகளாக அவற்றை இன்று நாம் உயர்வாகக் கருதிக் கொண்டாடுவதற்குமில்லை. ஆனால், பாரதியின் தேசபக்திப் பாடல்களுக்கு, இன்னொரு சிறப்பான முகமுமுள்ளது. பெண்ணிய நோக்கில் ஆராயும் யாருக்கும் பாரத தேவியின் முகத்துக்குள் நாடாகிய தாய் மட்டுமல்லாமல், ஆணால் அடிமைப்படுத்தப்பட்ட பெண்ணின் முகமும் தெரிவது தவிர்க்கவியலாததாகும். அடிமைப்பட்ட நாட்டில் ஆணுக்கு அடிமைப்பட்டு வாழும் பெண்ணின் விடுதலையைப் பாரதி,

"நம் ஸ்திரீகளுக்குள்ள 'கோஷாவும்' படுதாவும் நம்மைக் கெடுத்ததாகவில்லை. நம்முடைய அடிமைத்தனமே நம்மைக் கெடுத்து இக்கோலம் கண்டது. நாம் சுயாதீனமடைந்தால் நம்முடைய ஸ்திரீகளும் சுயாதீனமடைவார்கள்"[7]

எனப் பாரத நாட்டு விடுதலையுடன் சேர்த்துப் பேசுவது கருதத்தக்கதாகும். அரசியல் விடுதலையில்தான் பெண்ணின் விடுதலையும் அடங்கியுள்ளது என்று பாரதி கருதுவதிலுள்ள அழுத்தம், இங்குக் குறிக்கத்தக்கதாகும்.

"பூமியினும் பொறை மிக்குடையாள் உருப்
புண்ணியமாம் எங்கள் தாய் - எனில்

---

6 இராம. சண்முகம் & இரா. மோகன் (பதி.), *பாரதி இயல்*, தே. ஆண்டியப்பன், '*பாரதியும் சித்தர் மரபும்*', பக்.11.

7 சீனி. விசுவநாதன் (பதி.), *கால வரிசைப்படுத்தப்பட்ட பாரதி படைப்புகள்* (மூன்றாம் தொகுதி), ப.418.

தோம்இழைப்பார் முன் நின்றிடும்கால் கொடும்
துர்க்கையுமாம் எங்கள் தாய்
போகத்திலே நிகரற்றவள் உண்மையும்
ஒன்றென நன்றுஅறிவாள் - உயர்
போகத்திலேயும் நிறைந்தவள் எண்ணரும்
பொற்குவை தானுடையாள்
நல்லறம் நாடிய மன்னரை வாழ்த்தி
நலம்புரிவாள் எங்கள் தாய் - அவர்
அல்லவராயின் அவரை விழுங்கிப் பின்
ஆனந்தக் கூத்திடுவாள்"

(எங்கள் தாய், பாடல்: 6, 8, 9; ப.15)

இங்குத் தோமிழைப்பார், மன்னர் ஆகியோரைக் கணவர்களான ஆண்களாகக் கொண்டால், பாட்டின் பொருள் முற்றிலுமாகப் பெண் விடுதலை பற்றியதாக மாறி விடுவதைக் காணலாம். 'போகத்திலே நிகரற்றவள்' என்று பாரதத்தாய் பற்றிப் பாரதி கூறுவது வியப்பானதாகும். போகமாகிய இன்பத்தைப் பெண்ணின் இயற்கை உரிமையாகப் பாரதி கண்டதாகக்கூட, இவ்வடிகளை நாம் விளக்கவியலும். பூமாதேவியினும் பொறுமை கொண்டவள், அநீதியைச் சகியாத துர்க்கை, போகத்திலே நிகரற்றவள், நல்லறத்தை வாழ்த்தி நலம் புரிபவள், நல்லறமல்லாததை விழுங்கிக் கூத்தாடிக் களிப்பவள் என்ற பண்புகள் யாவும் பாரதியின் புதுமைப்பெண்ணுக்கும் பொருந்துவது அறியத்தக்கதாகும். மேலும்,

"அனுசீலன் சமிதிக்கு ஒத்துழைப்பு நல்கிய நிவேதிதாவின் சீடராக விளங்கியவர் பாரதி"[8]

என்பதால், தீவிரவாதச் செயல்களை மேற்கொண்ட அனுசீலன் சமிதியின் ஆதரவாளரான நிவேதிதாவின் வழியாகப் பாரதிக்குள் பொங்கிய தீவிரவாத அரசியலின் வெளிப்பாடாகவும், இப்பாடல் அடிகளைக் கொள்ளலாம்.

இந்திய விடுதலைப் போராட்டக் கனலைத் தமிழ் மக்களிடம் கொண்டு செல்வதற்குப் 'பாரத மாதா' என்ற தொன்மக் கருத்தாடலைப் பாரதி பயன்படுத்தக் காண்கிறோம். இப்பாரத

---

8 இரா. பச்சியப்பன், *பாரதியின் புதுச்சேரி வாழ்க்கை*, ப.17.

மாதாவைப் பூமியினும் பொறை மிக்குடையவளாக மட்டும் பாரதி காட்டவில்லை. வெறிகொண்ட தாயாகப் பேயாகப் பெரும் பித்துடையவளாகவும் உருவகப்படுத்துகிறார்.

"பேய் அவள் காண் எங்கள் அன்னை - பெரும்
பித்துடையாள் எங்கள் அன்னை
காய்அழல் ஏந்திய பித்தன் - தனைக்
காதலிப்பாள் எங்கள் அன்னை"

(வெறி கொண்ட தாய், பாடல்: 1; 19)

"வெறி கொண்ட தாய்" ஆகப் பாரதத் தாயை உருவகித்துப் பாரதி பாடிய வரிகளுக்குப் பெண் விடுதலை நோக்கிலும் பொருள் கொள்ளவியலும். பேயாகப் பெண்ணைக் குறித்துப் பெரும் பித்துடையவளாக அவளைக் காட்டும்போது, பூவாகவும் நிலவாகவும் தெய்வமாகவும் பெண்ணைக் குறிக்கும் பழம் பார்வையிலிருந்து பாரதி எவ்வளவு தூரம் விலகி விடுகிறார் என்பது ஆராயத்தக்கதாகும்.

"மாரதர் கோடி வந்தாலும் கணம்
மாய்த்துக் குருதியில் திளைப்பாள்"

(வெறி கொண்ட தாய், பாடல்: 5; ப.20)

என்று, பாரதத் தாயைப் பற்றிப் பாரதி எழுதுகிறபோது, அடிமைப்பட்ட பெண்ணின் சீற்றமும் உறுமலும் கவிதை அடிகளாவதைக் காண்கிறோம். இவ்வாறு 'பாரத மாதா' பற்றிய உக்கிரமான தொன்மப் புனைவைப் போராட்ட உணர்வுடன் பாரதி கட்டுவதற்குத் தாய்த் தெய்வ வழிபாட்டில் அவர் கொண்டிருந்த தனிப்பற்றுதலே காரணமாகும். இத்தாய்த் தெய்வ வழிபாட்டை வெகுமக்கள் வழிபாடாக வளர்த்தெடுக்க முடியும் எனப் பாரதி நம்பியமையாலேயே, 'பாரத மாதா' குறித்துப் பெருமளவில் அவர் பாடினார் எனலாம். இது குறித்து,

"பாரதியார் பாரதப் பெருநாட்டைத் தாய் வடிவில் கற்பனை செய்து, அந்தத் தாயை வழிபடுவதற்குப் பதிகங்கள் படைப்பதற்கு முன்பு, சமுதாயத்தின் அடித்தளத்திலுள்ள சாதாரண மக்களை ஏகாதிபத்திய எதிர்ப்பணியில் கொண்டுவர வழியில்லாமல் இருந்தது. தேசத்தைத் தேவியாகக் கருதுவது வெறும் கற்பனைதான்.

ஆனால், அது பொய் அல்ல. அந்தக் கற்பனை மக்களை ஏமாற்றும் எண்ணத்திலிருந்து பிறந்ததல்ல. கற்பனை வேறு; பொய் வேறு. பொது நலனையொட்டிப் பிறக்கும் கற்பனை பொய்யாகாது. தேசம் இருப்பது உண்மை. அந்தத் தேசத்திலே கோடிக்கணக்கான மக்கள் வாழ்வதும் உண்மை. அவர்கள் ஆங்கிலேய நாட்டாருக்கு அடிமைப்பட்டிருப்பதும் உண்மை. இந்த உண்மைகளைப் பாமர மக்களுக்கு உணர்த்துவதற்குப் 'பாரத மாதா' வழிபாடு தேவைப்பட்டது"[9]

என்பார் ம.பொ. சிவஞானம். இந்து மரபிலுள்ள ஏராளமான ஆண் தெய்வத் தொன்மங்களைப் பாரத தேவனாக்கிப் பயன்படுத்தாது விடுத்துப் பெண் தெய்வத் தொன்மமான 'பாரத மாதா' என்ற தாய்த் தொன்மத்தைத் தமிழ் மக்களிடையே பரவலாக்கப் பாரதி முனைந்ததிலிருந்து, அவரது 'பெண்' பற்றிய ஆக்க நோக்கைத் தெளியலாம்.

பெண்ணைப் பற்றிய கருத்தாடல்களில் பல்வேறு புதுமைகளைப் பாரதி செய்துள்ள போதிலும், குடும்ப வட்டத்திற்குள் அவளைப் பொருத்துவதில் பெரு மகிழ்ச்சி கொள்பவராகவும் தெரிகிறார். பாரத மாதாவுக்குப் பாடிய திருப்பள்ளி எழுச்சிப் பாடலில்,

"மதலையர் எழுப்பவும் தாய் துயில்வாயோ?
மாநிலம் பெற்றவள் இஃது உணராயோ!
குதலை மொழிக்கு இரங்காது ஒரு தாயோ?
காமகளே பெரும் பாரதர்க்கு அரசே"

(பாரத மாதா, பாடல்: 5 ப.21)

என்று, குழந்தைகள் எழுப்பத் தூங்கும் தாயையும், மழலை மொழிக்கு இரங்காத தாயையும் பற்றிப் பாரதி பேசுகிறார். இங்குப் பாரத மாதாவே பாடுபொருளாயுள்ளாள் என்பது உண்மையாயினும், குழந்தைகளைப் பார்த்துக்கொள்ளும் முழுப்பொறுப்பும் தாயையே சார்ந்தது, தாய்மையைக் காட்டிலும் சிறப்பான பண்பு பெண்ணுக்கு வேறு எதுவும் இருக்கவியலாது என்ற பழம் மரபு சார்ந்த கருத்துகள் பாரதிக்குள் ஆழமாக

---

[9] ம.பொ. சிவஞானம், பாரதியார் பற்றி ம.பொ.சி. பேருரை, ப.60.

உட்கலந்து புதைந்திருப்பதன் விளைவாகவே இவ்வடிகளைக் கருத வேண்டியுள்ளது.

தாய் துயிலும்போது, குழந்தைகளைத் தந்தை ஏன் பார்த்துக் கொள்ளக்கூடாது என்பது, நம் காலச் சூழல் எழுப்பும் முக்கியமான ஒரு பெண்ணிய வினாவாகும். பாரத மாதா பற்றிய இந்தப் பாடலில், இந்தக் கோணத்தில் பாரதி சிந்தித்திருக்க வேண்டும் என்று நாம் வற்புறுத்துவதற்கில்லை. ஆனால், பழம் மரபு சார்ந்த கருத்துகளைப் பயன்படுத்தும் போது, 'குடும்பப் பெண்' பற்றிய ஒருவகையான இறுகிய மனநிலை ஒப்புக்கொள்ளப்பட்ட தமிழ்ச் சமூக மனநிலை பாரதிக்குள் இருந்தது என்பதை நாம் ஏற்கத்தான் வேண்டும். இது பற்றி,

> "பாரதியின் பெண் பற்றிய வருணனைகளில் கருத்து, வெளிப்படுத்தும் முறை என்ற இரண்டிலும் 'பெண் விடுதலை' என்பது அவரது ஒட்டுமொத்தச் சிந்தனையாகத் தெரிந்தாலும், அவரது மனப்பதிவுகளின் வெளிப்பாடு மரபு சார்ந்த ஆணிய மனோபாவத்தின் வெளிப்பாடாக உள்ளது"[10]

என்பார் இரா. தமிழரசி. எனவேதான், 'மதலையர் எழுப்பவும் தாய் துயில்வாயோ?' என்றும், 'குதலை மொழிக்கு இரங்காது ஒரு தாயோ?' என்றும், பெண்ணைக் குற்றம் சாட்டும் ஆண் நோக்குடன் பாரதி பாடக் காண்கிறோம். மேலும்,

"நன்மையிலே உடல் வன்மையிலே - செல்வப்
பன்மையிலே மறத்தன்மையிலே
பொன்மயில் ஒத்திடும் மாதர்தம் கற்பின்
புகழினிலே உயர்நாடு"

(பாரத நாடு, பாடல்: 4; ப.22)

என்று, 'பாருக்குள்ளே நல்ல நாடாம் பாரத நாடு' குறித்துப் பாரதி எழுதும்போது, உடல் வன்மை மறத்தன்மை ஆகியன ஆண்மையின் இலக்கணங்களாகவும், மயில் ஒத்த சாயலும் புகழ் வாய்ந்த கற்பும் பெண்மையின் பண்புகளாகவும் வெளிப்படுவது அறியத்தக்கதாகும். ஆணுக்கு வலிமையும் வீரமும், பெண்ணுக்கு

---

10 வீ. அரசு (பதி.), மு.சு.நூ., இரா. தமிழரசி, *'பெண் வருணனை'*, ப.52.

அழகும் கற்பும் என்ற பண்பு வரையறையைக் கடந்து செல்ல பாரதி முனையவில்லை.

பாரதியின் புகழ் பெற்ற பாடல்களில் ஒன்று, 'காணி நிலம் வேண்டும்' என்ற பாடலாகும். இப்பாடல், பிரான்சில் நிலச் சீர்திருத்தச் சட்டம் இயற்றப்பட்டபோது, இந்தியாவிலும் அதேபோல் வேண்டுமென்று ஆசைப்பட்டுப் பாரதி பாடிய பாடலாகக் கருதப்படுகிறது.[11] சொந்த வீடு கட்ட 'நிலம்' வாங்க இயலாத இன்றைய நடுத்தட்டு மக்களுக்கு மிகவும் பிடித்தமான பாடலாக மறுவாசிப்புப் பெற்றுள்ள இப்பாடலில் வரும் 'பத்தினிப் பெண்' என்ற சொல்லாட்சி, 'பெண்' குறித்த பாரதியின் ஆண்மையப் பார்வைக்குச் சான்றாகச் சுட்டத்தக்கதாகும். இப்பாடலில்,

> "பாட்டுக் கலந்திடவே - அங்கே ஒரு
> பத்தினிப் பெண் வேணும்" (ப.173)

என்று, பத்தினிப் பெண்ணைத்தான் பாரதி வேண்டுகிறார்; படித்த பெண் வேண்டும் என்று அவர் ஏன் எழுதியிருக்கக்கூடாது? 'பத்தினிப் பெண்' என்ற சொல்லில் பெண்ணை ஐயுறும் மனம் ஒளிந்து கொண்டுள்ளதாகக் கருதவும் இடமுண்டுதானே! தம் மனம் நோகாமல் தம்முடன் இசைந்து வாழும் பெண்ணைத்தான், இங்குப் பாரதி வேண்டுகிறார் என்பது தெளிவு. எனினும், பத்தினிப் பெண் என்ற சொல்லாட்சி, பெண்ணைக் கட்டுப்படுத்தி அவளை ஆள நினைக்கும் ஆண்மனத்தைக் காட்டுவதாகும். இது குறித்து,

> "பாரதி ஒரு மதவாதி. எனவே, பதிவிரதத் தன்மையில் அதிக நம்பிக்கை கொள்கிறார்"[12]

என வாலாசா வல்லவனும்,

> "பெண் கல்வி, ஜாதிய ஒற்றுமை, பெண் விடுதலை, கருத்துகளைத் தமிழ்நாட்டிலேயே முதல்முறையாக இந்துமதப் பின்னணியில் எழுதிய புதுமைக் கவிஞன்"[13]

---

11 பொன்னீலன் (தொகு.), *பாரதி என்றென்றும்,* ப.347.

12 வாலாசா வல்லவன், *திராவிடர் இயக்கப் பார்வையில் பாரதியார்,* ப.52.

13 வே. மதிமாறன், *பாரதிய ஜனதா பார்ட்டி,* ப.79.

என வே. மதிமாறனும் கருதுகின்றனர். இவ்வாறு பாரதியை மதவாதியாகக் காட்டி அதனால் பதிவிரதத் தன்மையில் நம்பிக்கைக் கொண்டவராக அவரை விமர்சிப்பது பொருத்தமுடையதாகத் தெரியவில்லை. ஏனெனில், குலத் தாழ்ச்சி உயர்வைச் சாத்திரச் சதியாகக் கண்டு, 'தெய்வம் நீ என்று உணர்' என்று பாடிய பாரதியின் இந்துமதப் பின்னணிக்கும், மனுநீதி வழிப்பட்ட இந்துமதப் பின்னணிக்குமான வேறுபாடுகள் மிகவும் அகண்டவை என்பது வெளிப்படையாகும். இது பற்றி,

> "பொதுவாக மொழி, பெண்கள், சாதி முதலியவை பற்றிய சிந்தனைப் போக்கிலே பழமைவாதத்தின் செல்வாக்கு அதிகம் காணப்படும். இவை பற்றிய பாரதியின் கருத்துகள், அவனது தீவிரமான நவீன சிந்தனைப் போக்குக்கு நல்ல எடுத்துக்காட்டுகளாக உள்ளன. பெண் விடுதலை பற்றிய பாரதியின் சிந்தனைகள், இன்னும் கூட தீவிரத்தன்மை உடையனவாகவே காணப்படுகின்றன"[14]

என எம்.ஏ. நுஃமான் விளக்குவது குறிப்பிடத்தக்கதாகும். இக்கருத்தின் இன்னொரு வேறுபட்ட கோணமாகப் பின்வரும் மேற்கோளைக் குறிப்பிடலாம்.

> "பாரதியார், ஜி. சுப்பிரமணிய ஐயர் முதலியோர் புலப்படுத்தி நின்ற விமர்சனப் பார்வை, சீர்திருத்த நோக்கு என்பன சமூகக் கட்டமைப்பின் குறிப்பாகச் சாதியத்தின் மேல்தளத்தில் நின்றவர்களின் (பிராமணர்களின்) மனிதநேய மனப்பக்குவத்தின் சான்றுகளாகக் கருதத்தக்கன"[15]

என்பார் சுப்பிரமணியம். இவ்வாறு நவீனச் சிந்தனைப்போக்கின் சான்றாக நுஃமானாலும், மனிதநேய மனப்பக்குவத்தின் சான்றாகச் சுப்பிரமணியத்தாலும் நோக்கப்படும் பாரதியின் கருத்தியலில் மதம் சார்ந்த பிற்போக்குத் தன்மைகளைவிடவும், முற்போக்குப் பண்புகளே மிகுதியாயுள்ளன எனலாம். எனினும், 'பத்தினிப்பெண்' என்ற பாரதியின் சொல்லாடல், பெண்ணிய

---

14 எம்.ஏ. நுஃமான், *திறனாய்வுக் கட்டுரைகள்*, பக்.141–142.

15 நா. சுப்பிரமணியம், கௌசல்யா சுப்பிரமணியம், *இந்தியச் சிந்தனை மரபு*, ப.255.

நோக்கில் கடுமையான விமர்சனத்திற்குரியதேயாகும். இது குறித்து,

> "பதிவிரதை, பத்தினி, கற்பு என்ற கொள்கையில் பாரதிக்குப் பிடிமானம் உண்டு. ஆணிடத்துக் கற்பை வலியுறுத்தினாலும், பெண் கற்பு பேணப்பட வேண்டும் என்பதைப் பலவிடங்களில் சுட்டிக்காட்டி, அவளைப் பண்பாட்டுத் தளத்திலேயே நிலைநிறுத்தியுள்ளார். இதை மண்ணுக்கேற்ற பெண்ணியமாக உணரலாம். என்றாலும், 'பெண் வேண்டும்' என்று கேட்காமல், 'பத்தினிப்பெண் வேண்டும்' என்ற அவரின் ஆணாதிக்க நிலைப்பாட்டைச் சுட்டாமல் இருக்க இயலாது"[16]

என்று, தமிழ் மண்ணுக்கேற்ற பெண்ணியவாதியாகப் பாரதியைப் பற்றிக் கூறும் இரா. பிரேமாவின் கருத்து, முற்றிலும் ஏற்கத்தக்கதாகும். இவ்வாறு பாரதி 'மண்ணுக்கேற்ற பெண்ணியம்' பேசுவதற்கு,

> "லெனினுக்கும், கிளாரா ஜெட்கினுக்கும் நடந்த விவாதத்தில் அவர்களிருவரும் முரண்பட்ட புள்ளி விடுதலைக் காதல் குறித்த கருத்தில் தான். 'விடுதலை' என்பது கட்டற்றது என்ற அச்சமும், பொறுப்பற்றது என்ற வியாக்கியானமும் லெனினை ஆட்டிப் படைத்தது என்பதையே நாம் காண்கிறோம். இதே பயம் காரணமாகத்தான் பாரதியும் தனது 'காணிநிலக் கனவுலகில்' உறுதியாகப் 'பத்தினிப் பெண்' வேண்டும் எனப் பாடினான் போலும்"[17]

எனக் காரணம் கற்பித்து 'அமைதி' காண்பர். இவ்வாறு பல்வேறு வாதங்களைக் கிளறும் இப்பத்தினிப் பெண் என்ற சொல்லாட்சி, பெண்ணின் கற்புக்குக் காவலனாக எப்போதும் ஆண் இருக்க விரும்புவதைக் குறிப்பதாகப் பொருள் கொள்ளலாம்.

'பத்தினி ஆண்' என்றொரு சொல்லாட்சி தமிழில் இல்லை என்பதும், பத்தினிப் பெண்ணே உள்ளாள் என்பதும் கருதத்தக்கதாகும். இவ்வாறு கூறும்போது, 'விதவை' என்ற

---

16 வீ. அரசு (பதி.), மு.சு.நூ, இரா. பிரேமா, *'பெண் நிலைப்பாடு'*, ப.50.

17 அ. மங்கை, *பெண்ணிய அரசியல்*, ப.42.

> பெண்பாற் சொல்லுக்கு இணையாகத் தமிழில் அதுகாறும் கையாளப்படாத 'புருஷ விதவை' என்ற ஆண்பாற் சொல்லைப் பாரதி முதன்முதலாகப் பயன்பாட்டுக்குக் கொண்டுவந்ததையும் குறிப்பிடாமலிருக்க இயலாது.[18]

எனவே, 'பத்தினிப் பெண்' என்ற ஆண்மையக் கருத்துக் கொண்டவராக இருந்தபோதிலும், அதையும் மீறிப் பெண்ணிய நோக்கில் சிந்திக்கும் திறமும் கைவரப் பெற்றிருந்தவராகப் பாரதியாரைத் துணியலாம்.

'பாரத மாதா' என்ற தலைப்பில் பாரதி எழுதியுள்ள பாடலில், பாரத நாட்டு நாயகர்கள் பலரின் பெருமைகளும் கூறப்படுவதுடன், அவர்களது பெருமைகளுக்குப் பின்னணியில் பாரத மாதா தூண்டும் ஆற்றலாக இலங்குவதும் குறிப்புணர்த்தப் பட்டுள்ளதாகக் கொள்ளலாம்.

முன்னை இலங்கை அரக்கரை முடித்த வில்லையும், காண்டீவம் ஏந்திய தோளையும் சாகும்போதும் செவிக் குண்டலங்களைக் கொடையாகத் தந்த கையையும், கீதை புகன்ற வாயையும், தந்தைக்காக ஆட்சியையும் பெண்ணின்பத்தையும் துறந்த உள்ளத்தையும், துன்பம் யாவும் அன்பினில் போகும் என்ற மொழியையும், சாகுந்தல நாடகமாகிய தெய்வீகக் கவிதையையும் முறையே இராமனும், அர்ச்சுனனும், கர்ணனும், கண்ணனும், பீஷ்மனும், புத்தனும், காளிதாசனும் ஆகிய ஆண்களே செய்திருந்த போதிலும், அவர்களுக்குத் தூண்டுதல்களாகப் பெண்கள் விளங்கியதாகக் கொண்டு, இவற்றையெல்லாம் பாரத தேவியின் ஆற்றல்களாகப் பராசக்தியின் செயல்களாகப் பெண்மைக்கு மதிப்பளித்துப் பாரதி போற்றியுள்ளார். இவ்வாறு பாரத மாதாவைத் தெய்வத்துடன் இணைத்து ஒன்றாக்கிப் பாரதி பாடியதற்குச் சிறுவயதில் அவர் இழந்த தாயின் அன்புக்கான ஏக்கமும் ஒருவகையில் காரணம் என்பர்.

> பெண்மை பற்றிய பாரதியின் இலட்சிய எண்ணங்களுக்கும், தாய்த்தெய்வ வழிபாடு பற்றிய நம்பிக்கைகளுக்கும், இளமைப் பருவத்தில் இம்மண்ணுலகத்தைத் துறந்து சென்ற தன் தாயின் மீது கவிஞன் கொண்ட அளவற்ற

18 பா. இறையரசன், *இதழாளர் பாரதி*, ப.101.

அன்பே அடிப்படைக் காரணமாக அமைந்தது. பாரதியின் உள்ளத்தில் நிலைபெற்றிருந்த தாய்த்தெய்வம் பற்றிய கருத்தோவியம் பல்வேறு நிலைகளில் வெளிப்படுவதைக் காண்கிறோம். சில இடங்களில் அது உண்மைத் தாயாகவும், வேறு சில இடங்களில் அன்னை பராசக்தியாகவும், பாரத மாதாவாகவும் வெளிப்படுகின்றது. நாட்டுப்பற்றுணர்வின் உச்சநிலையில் பாரத மாதாவும், பராசக்தியும் தனித்தனியாகப் பிரித்தெடுக்க முடியாவண்ணம் ஒன்றாக ஐக்கியப் பட்டு விடுவதைக் காண்கின்றோம்"[19]

எனப் பாரத மாதாவுக்குள் பராசக்தியும் பிரிக்கவியலாத வகையில் ஒன்று கலந்து பாரதியின் பாடல்களில் வெளிப்படுவதைக் காட்டுவர். பாரத நாடு பற்றிய விவரிப்பில் பெண்ணினத்தையும் பாரதி கருத்தில் கொண்டுள்ளமையைப் பின்வரும் பாடல் அடிகளாலும் அறிகிறோம்.

"சகுந்தலை பெற்றதோர் பிள்ளை சிங்கத்தினைத்
தட்டி விளையாடி - நன்று
உகந்ததோர் பிள்ளை முன் பாரதராணி
ஒளியுறப் பெற்ற பிள்ளை"

(பாரத மாதா, பாடல்: 5; ப.24)

சகுந்தலை துஷ்யந்தன் பிள்ளையான பரதனால் ஆளப்பட்டதால் பரத கண்டமாகிப் பாரத நாடு எனப் பெயர் பெற்றதாகக் கூறப்படும் புராணப் புனைவை ஏற்றுப் பாரதியால் பாடப்பட்டுள்ள இப்பாடலில், சிங்கத்தினைத் தட்டி விளையாடும் ஆண்பிள்ளையின் வீரம் புகழ்ந்துரைக்கப்பட்டுள்ளது வெளிப்படையாகும். சகுந்தலை பெற்ற ஆண்பிள்ளையைக் கொண்டாடும் பாரதியின் சொற்களில், 'சாண் பிள்ளையானாலும் ஆண் பிள்ளை' என்ற சமூகப் பொது மனநிலை சார்ந்த பெருமித உணர்வு காணப்படுவது அறியத்தக்கதாகும். துஷ்யந்தனிடம் தன் காதலுக்காக நீதி கேட்ட சகுந்தலையை முதன்மைப்படுத்தாமல், பரத கண்டத்தின் நாயகனாகக் கருதிச் சிங்கத்தினைத் தட்டி விளையாடும் பிள்ளைச் சிங்கத்தைப் பாரதராணி ஒளியுறப் பெற்ற பிள்ளையாகப் பாரதி கொண்டாடுவதில், அவரது

19 V. Sachithanandan, *Whitman and Bharathi*, P.110.

'ஆண்மனம்' ஒளிந்துள்ளதாக ஐயுறவும் வாய்ப்புள்ளது. எனினும் இப்பாடலுக்கு,

> "பரதன், துஷ்யந்தன் சகுந்தலை இருவருக்கும் பிறந்த குழந்தையேயானாலும், அந்தப் பிள்ளை சிங்கத்தைத் தட்டி விளையாடக் காரணமான வலிமையும் வீரமும் சகுந்தலையிடமிருந்து மட்டும் அதற்குக் கிடைத்து விட்டதாகச் சொல்லுகிறான்"[20]

என, வேறொரு புதுக்கோணத்திலிருந்து பொருள் காண்பாருமுளர். மேலும், இதே பாடலில்,

> "தந்தை இனிதுறத் தான் அரசாட்சியும்
> தையலர்தம் உறவும் - இனி
> இந்த உலகில் விரும்புகிலேன் என்றது
> எம்மனை செய்த உள்ளம்"
>
> *(பாரத மாதா, பாடல்: 9; ப.25)*

எனப் பாரதி பாடுவதில், தந்தைக்காகத் தன் அரசாட்சி உரிமையை விட்டுக்கொடுத்துப் பெண்ணின்பத்தைத் துறக்கத் துணிந்த பீஷ்மரின் 'தியாக வாழ்வைப் பாரதி போற்றக் காண்கிறோம். இங்கு அரசாட்சியைத் துறப்பதுடன் நில்லாது, பெண்ணுடன் கூடி வாழும் இயல்பான வாழ்வையும் பீஷ்மர் துறப்பதைப் பெருமைக்குரியதாகக் கருதிப் பாரதி பதிவு செய்வதில், 'பெண்ணின்பத்தைத் துறப்பது மேலானது' என்ற வாழ்க்கை மறுப்புச் சிந்தனை உள்ளோடுவதை விமர்சிக்காமலிருக்க இயலாது. தந்தைப்பாசம் ஊறிய அளவிற்குப் பீஷ்மரின் உள்ளத்தில் 'பெண்' குறித்த ஆக்கநோக்கு சுரக்கவில்லை என்பதும் விமர்சனத்துக்குரியதாகும். ஆயினும், பாரதியின் கவிதை உலகில் காணப்படும் மிகவும் அரிதான ஒரு சித்திரிப்பாகவே, இவ்வடிகளைக் கொள்ளவேண்டும். ஏனெனில்,

> "பாரதியாரின் ஆன்மிக நோக்கில் எப்பொழுதும் இழைந்து இணைந்திருக்கும் அடிப்படைக் கொள்கை 'வாழ்க்கை

---

20   சீனி. விசுவநாதன் (தொகு), *தமிழகம் தந்த மகாகவி*, நா. பார்த்தசாரதி, 'பாரதி நோக்கில் பெண்மை', ப.116.

மறுப்பை (Life Negation)' - உலக மறுப்பைத் தீவிரமாக எதிர்ப்பதாகும்"[21]

என்பார் கருத்தே மனங்கொள்ளத்தக்கதாகும் இப்பண்பே, மரபான பல தத்துவவாதிகளிடமிருந்தும் ஞானிகளிடமிருந்தும் பாரதியைக் குறிப்பிடத்தக்க அளவில் வேறுபடுத்திக் காட்டுவதாகும். இவ்வாறு வாழ்க்கை மறுப்பைத் தீவிரமாகப் பாரதி எதிர்ப்பதைப் பகவத் கீதைக்கு அவர் எழுதிய முன்னுரையாலும் அறியலாம். பின்வரும் பாரதியின் கருத்தாடல், வாழ்வைப் பாரதி எவ்வளவு ஆழமாக நேசிக்கிறார் என்பதற்கும், துறவை எவ்வளவு தூரம் அவர் வெறுக்கிறார் என்பதற்கும் வலிமையான சான்றாகும்.

"பெண்டு பிள்ளைகளையும் சுற்றத்தாரையும் இனத்தாரையும் நாட்டாரையும் துறந்து செல்பவன், கடவுளுடைய இயற்கை விதிகளைத் துறந்து செல்வோன். வலியில்லாமையால் அங்ஙனம் செய்கிறான். குடும்பத்தை விடுவோன் கடவுளைத் துறக்க முயற்சி பண்ணுகிறான்... உள்ளத்துறவுதான் செய்தற்குரியதென்றும் மனைத்துறவு செய்யவொண்ணாதவொரு பாவமென்றும் நான் சொல்லுகிறேன்... ஒருவனுக்கு மனைத்துறவைக் காட்டிலும் அதிகத் துன்பம் விளைவிக்கத்தக்க செய்கை வேறொன்றுமில்லை... கற்புடைய மனைவியுடன் காதலுற்று, அறம் பிழையாமல் வாழ்தலே இவ்வுலகத்தில் சுவர்க்க வாழ்க்கையை ஒத்ததாகும். ஒருவனுக்குத் தன் வீடே சிறந்த வாசஸ்தலம், மலையன்று வீட்டிலே தெய்வத்தைக் காணத் திறமையில்லாதவன் மலைச் சிகரத்தை அடுத்ததொரு முழையிலே கடவுளைக் காணமாட்டான்..."[22]

என்கிறார் பாரதி. இங்கு அன்றாட உலகியலுக்கும், அதனிடமிருந்து மேம்பட்டதாகக் கருதப்படும் ஆன்மிகத்திற்கும் இடையில் முரண்பாடு தோன்றாத வகையில் தம் வாழ்க்கைப் பார்வையைப் பாரதி அமைத்துக் கொண்டுள்ளமையைக் காண்கிறோம்.

---

21 பெ.சு. மணி, *பாரதியியல் ஆய்வுக் கட்டுரைகள்* (பாகம் இரண்டு), ப.33.

22 பாரதியார், *பகவத் கீதை* (முன்னுரை), பக்.37, 38.

‘பாரத மாதா நவரத்தின மாலையில், ‘முக்கண் சிவன்’ என்ற மரபான படிமத்தைப் பாரத மாதாவுக்கு ஏற்றி ‘முக்கண் அன்னை’ என்பதைக் குறிக்கும் ‘மூன்று நேத்திரத்தாள்’ என்ற புதிய படிமம் அமைத்துப் பாரதி பாடியிருப்பது, பெண்ணிய நோக்கில் மிகவும் புரட்சிகரமானதாகும். நவீன சிந்தனையாளன் என்ற வகையிலே, புதிய மரபுகளுக்காகப் போராடிய கவிஞனாகப் பாரதியை நுஃமான் காண்கிறார்.[23] ‘மூன்று நேத்திரத்தாள்’ போன்ற புரட்சிகரமான சொல்லாடல்கள், நுஃமானின் கருத்தை அரண் செய்வதாயுள்ளன எனலாம். இது குறித்து,

> “தேசம் தெய்வமாக மாற்றப்பட்டது. தேசிய உணர்வு தெய்வபக்தியாக மாற்றப்பட்டது. இதன் விளைவாகத் தேசம் என்கிற அரசியல் சொல்லாடல் இந்தியச் சூழலில் ஒரு தொன்மச் சொல்லாடலாக மாறியது”[24]

என்பார் கருத்தும் சிந்திக்கத்தக்கதாகும். இவ்வகையில் தேசிய உணர்வைப் பாரதி தெய்வபக்தியாக மடைமாற்றம் செய்யும்போது, பெண்தெய்வ வழிபாட்டுத் தொன்மச் சொல்லாடலாகப் புத்துருவாக்கம் செய்துள்ளமையை, ‘மூன்று நேத்திரத்தாள்’ என்ற புதிய சொல்லாட்சியால் அறிகிறோம்.

“காலன் எதிர்ப்பால் கைகூப்பிக்
கும்பிட்டுக் கம்பனமுற்று
ஓலம் இட்டோடி மறைந்தொழி
வான்பகை ஒன்றுளதோ?
நீலக்கடல் ஒத்த கோலத்தினாள்
மூன்று நேத்திரத்தாள்
காலக் கடலுக்கோர் பாலமிட்டாள்
அன்னை கால்படினே”

(பாரத மாதா நவரத்ன மாலை, பாடல்: 2; ப.26)

மேற்காணும் பாடலில், மூன்று நேத்திரத்தாளாகப் பாரத தேவியைப் போற்றிப் பாரதி பாடியிருப்பது, பெண்

---

23 எம்.ஏ. நுஃமான், *பாரதியின் மொழிச் சிந்தனைகள் ஒரு மொழியியல் நோக்கு*, ப.27.

24 பொன்னீலன் (தொகு), *பாரதி என்றென்றும்...*, பா. ஆனந்தகுமார், *பாரதியார் கவிதைகளில் தேசியம் ‘ஒரு பின்னைக் காலனிய வாசிப்பு’*, ப.320.

தெய்வ வழிபாட்டுக்கு அவர் தந்த ஏற்றத்தால் விளைந்த சொல்லாட்சியாகும். இச்சொல்லாட்சிவழி பாரதியின் விசாலமான பெண் நோக்கைத் தெளியலாம். இது குறித்து,

> "தாயின் அன்புக்குத் தவிப்பு, அத்தையின் அரவணைப்பு, பிள்ளைப்பருவக் காதல், எந்நிலையிலும் தனக்குத் துணையாய் விளங்கிய மனைவி செல்லம்மாவின் அன்பு, இரு மகள்களின் பாசம், ஞான குருவாக வாய்த்த நிவேதிதா தேவியின் அருள் என, பாரதியின் வாழ்வில் பெண்களின் ஆளுமை மிகுதி. இத்தகைய ஆளுமையோடு இந்துத்துவ மரபில் தன்னை இணைத்துக் காணும் பாரதி, தன்னைச் சக்திதாசனாக உணர்கிறான். இத்தகைய பரிணாமத்தில் பாரதியின் ஆன்மிக மனம் பெண்மையைப் போற்றும் மனமாகிறது"[25]

என விளக்குவர். இங்குப் பெண்மையைப் போற்றும் மனத்தாலேயே "மூன்று நேத்திரத்தாள்" என்ற புதிய பெண்ணியப் படிமத்தைப் பாரதி கையாண்டதாகக் கொள்ளலாம். இவ்வாறு ஆன்மிகம் பாடும்போது மட்டுமல்லாமல், இந்திய அரசியலைப் பாடும் போதும் பாரதி பெண்களுக்கு உரிய மதிப்பளித்தே பாடியுள்ளது அறியத்தக்கதாகும். இதற்கு மேலும் ஒரு சான்றாகக் காந்தியின் வருகையால் இந்திய விடுதலைப்போரில் ஆண்களுக்கு இணையாகப் பெண்களும் பங்கேற்கும் மாற்றம் ஏற்பட்டது குறித்துப் பின்வருமாறு பாரதி பாடியுள்ள பாடலையும் காட்டலாம்.

"மாந்தர் எல்லாரும் சோர்வை
அச்சத்தை மறந்து விட்டார்
காந்தி சொல் கேட்டார் காண்பார்
விடுதலை கணத்தினுள்ளே"

(பாரத மாதா நவரத்ன மாலை, பாடல்: 8; ப.29)

எனச் சோர்வையும் அச்சத்தையும் மறந்து, ஆண்களுடன் சேர்ந்து விடுதலைப்போரில் துணிவுடன் காந்தி சொல் கேட்டுப் பெண்களும் ஈடுபட்ட வரலாற்றைச் சிறிதும் ஒளிக்காமல் பாரதி பதிவு செய்துள்ளது போற்றத்தக்கதாகும். இந்திய விடுதலைப்

---

25 வீ. அரசு (பதி.), மு.சு.நூ., தி.சு. சத்தியம், மு.சு.க., ப.34.

போரில் இருட்டடிப்புச் செய்யப்பட்டுள்ள பெண்களின் பங்களிப்பைக் கணக்கில் கொள்ளும்போதுதான், சோர்வையும் அச்சத்தையும் மறந்த பெண்களின் வீரம் பற்றிய பாரதியின் பதிவின் சிறப்பை அறியவியலும்.

குடும்ப வாழ்வில் பெண்ணை அடிமையாகப் பாரதி குறுக்கவில்லை. ஆணின் அதிகாரத்தைக் கேள்விக்குட்படுத்தவும், பெண்ணின் வாழ்வியல் உரிமைக்குக் குரல் கொடுக்கவும் பாரதி தவறவில்லை. மேலும், பெண்ணும் ஆணும் இணைந்து வாழும் இன்ப வாழ்வைப் போற்றிக் கொண்டாடுபவராயும் பாரதி திகழ்கிறார். ஆனால், பாரதி வாழ்ந்த காலம் என்பது, நிலப்பிரபுத்துவத்தின் வீழ்ச்சிக் காலமாகும். முதலாளித்துவச் சமூகம் இந்தியாவில் உருப்பெறத் தொடங்கிய காலத்தில் கவிஞராகப் பாரதி மலர்ந்தார். இக்காலகட்டத்தின் பண்பு குறித்து,

"ஒரு நிலப்பிரபுத்துவச் சமூகக் குடும்பத்தில் தந்தைக்கு மகன்கள் கீழ்ப்படிய வேண்டும்; மனைவி கணவனுக்கு அடங்கியவளாக இருத்தல் வேண்டும். பெண்கள் திருமணத்திற்கு முந்திப் பெற்றோருக்கும், அதன்பின் கணவனுக்கும், கணவன் குடும்பத்தினருக்கும் அடங்கி நடத்தல் வேண்டும் என்ற நியதி கடைப்பிடிக்கப்பட்டது"[26]

என்பர். இத்தகைய நியதியைத் தேவையான சில இடங்களில் ஏற்றும், பொருந்தாத பல இடங்களில் எதிர்த்தும் பாரதி முழங்கக் காண்கிறோம்.

"வீமன் திறலும் அவர்க்கு இளைய
விஜயன் திறலும் விளங்கி நின்ற
சேம மணிப்பூந்தட நாட்டில்
சிறிய புழுக்கள் தோன்றி வெறும்
காமம் நுகர்தல் இரந்து உண்டல்
கடையாம் வாழ்க்கை வாழ்ந்து
பின்னர் ஈமம் புகுதல் இவை புரிவார்
என்னே கொடுமை ஈங்கு இதுவே"
(என்னே கொடுமை, பாடல்: 2; ப.30)

---

26   எஸ். தோதாத்ரி, பாரதி பற்றி..., பக்.54–55.

காம நுகர்வை வாழ்வின் இயல்பான செயல்பாடாகக் காண்பவர் தாம் பாரதி. ஆனால், நல்லறமல்லாத அதுவே இலக்கான வெறும் காம நுகர்வைப் பாரதி பொருட்படுத்துவதில்லை. மேலும், அத்தகைய இழிவான நிலையைக் கடுமையாகக் கண்டனம் செய்பவராயுமுள்ளார். மனித வாழ்வில் காம நுகர்வுக்கு அப்பாலும் மேம்பட்ட இலக்குகளுண்டு என்று கருதும் பாரதி, வெறும் காமம் நுகரும் வாழ்வைக் கீழான வாழ்வாகக் கண்டிக்கிறார். பழங்காலத்தில் மேன்மையுற்றிருந்த மகளிர் நிலை, தம் காலத்தில் மிகவும் கீழ்மையுற்றதற்காகத் துன்பப்பட்டு,

"ஆதிமறைக் கீதம் அரிவையர்கள் சொன்னதுபோய்
வீதி பெருக்கும் விலை அடிமை ஆயினரே"

(எனது தாய்நாட்டின் முன்னாட் பெருமையும்
இந்நாட் சிறுமையும், பாடல்: 2, ப.31)

என்று, தம் ஆற்றாமையைப் பதிவு செய்கிறார். 'வீதி பெருக்கும் விலை அடிமை ஆயினரே' என்ற தொடர் வழியே, பெண் குலத்தின் வீழ்ச்சி குறித்தான பாரதியின் பதற்றத்தைக் காண்கிறோம். இவ்வரிகள் இடம்பெறும் எனது தாய்நாட்டின் முன்னாள் பெருமையும் இந்நாள் சிறுமையும் கவிதையில், ஆண் பெண்ணை முன்னிறுத்திப் பாரதி கூறும் கருத்தொன்றில், ஆணை உயர்வாகவும் பெண்ணைத் தாழ்வாகவும் கருதும் போக்கும் காணப்படுகிறது.

"ஆணெலாம் பெண்ணாய் அரிவையரெலாம் விலங்காய்
மாணெலாம் பாழாகி மங்கிவிட்டது இந்நாடே"

(எனது தாய்நாட்டின் முன்னாட் பெருமையும்
இந்நாட் சிறுமையும், பாடல்: 2, ப.31)

என்று பாரதி எழுதுகிறபோது, வலிமையான ஆண் மென்மையான பெண்ணாவதும், மென்மையான பெண் கொடிய விலங்காவதும் நமது தாய்நாட்டின் இந்நாள் சிறுமைக்குச் சான்றுகளாகக் கூறப்பட்டுள்ளன. ஆணெலாம் பெண்ணாகிவிட்டனர் என்பது, உயர்வானவர் தாழ்வாகிவிட்டனர் என்னும் குறிப்புப்பொருள் கொண்டதாகப் புரிந்து கொள்ளப்படுவதற்கான சாத்தியங்களுள்ள ஒரு தொடராகும். பெண்மையைப் பழிக்கும் இத்தகைய தொடர்களைச் சில இடங்களில் தொடர்ந்து பாரதி

பயன்படுத்தியுள்ளது, நமது கவனத்திற்குரியதாகும். குறிப்பாகச் ‘சத்ரபதி சிவாஜி தனது சைநியத்தாருக்குக் கூறியது’ என்ற கவிதையில் இடம் பெறும் பின்வரும் பகுதிகள், பெண்ணிய நோக்கில் கடுமையான மறுப்புக்குரியவையாகும்.

“வீரரைப் பெறாத மேன்மைதீர் மங்கையை
ஊரவர் மலடி என்று உரைத்திடும் நாடு”
(சத்ரபதி சிவாஜி தனது சைநியத்தாருக்குக் கூறியது,
அடி: 22-23; ப.32)

“மாதர் கற்பழித்தலும் மறையவர் வேள்விக்கு
ஏதமே சூழ்வதும் இயற்றி நிற்கின்றோர்
சாத்திரத் தொகுதியைத் தழல் படுக்கின்றார்
கோத்திர மங்கையர் குலம் கெடுக்கின்றார்
எண்ணிய துணைவர்கள் எமக்கு இவர் செயும் துயர்
கண்ணியம் மறுத்தனர் ஆண்மையும் கடிந்தனர்
பொருளினைச் சிதைத்தனர் மருளினை விதைத்தனர்
திண்மையை அழித்துப் பெண்மை இங்கு அளித்தனர்”
(மேலது, அடி: 51-58; பக்.33-34)

“தாய் பிறன் கைப்படச் சகிப்பவனாகி
நாய் என வாழ்வோன் நமரில் இங்கு உளனோ”
(மேலது, அடிகள்: 71-72; ப.34)

“மாதரர் நலத்தின் மகிழ்பவன் மகிழ்க!
நாடெலாம் பிறர்வசம் நண்ணுதல் நினையான்
வீடு சென்று ஒளிக்க விரும்புவோன் விரும்புக!
தேசமே நலிவொடு தேய்ந்திட மக்களின்
பாசமே பெரிதாய்ப் பார்ப்பவன் செல்க!
நாட்டுளார் பசியினால் நலிந்திடத் தன்வயிறு
ஊட்டுதல் பெரிதென உள்ளுவோன் செல்க!
ஆணுருக் கொண்ட பெண்களும் அலிகளும்
வீணில் இங்கிருந்து என்ன வெறுத்திடல் விரும்பேன்
ஆரியர் இருமின்! ஆண்கள் இங்கு இருமின்”
(மேலது, அடிகள்: 84-93, பக்.34-35)

“நமர் இதம் பெறாவணம் நலிந்திட விரும்பும்
சுமடரை வேர் அறத் தொலைத்தபின் அன்றோ

ஆணெனப் பெறுவேம்"

(மேலது, அடிகள்: 125-127, ப.36)

"உண்மையை அறியாய் உறவையே கருதிப்
பெண்மை கொண்டு ஏதோ பிதற்றி நிற்கின்றாய்...
...அரும்புகழ் தேய்ப்பதும் அநாரியத் தகைத்தும்
பெரும்பதத் தடையுமாம் பெண்மைஎங்கு எய்தினை
பேடிமை அகற்று"

(மேலது, வரிகள்: 165-166, 173-175; பக்.38-39)

மேற்காட்டப்பட்ட சான்றுகளில் மலடி, கற்பழித்தல், கோத்திர மங்கையர் குலம் கெடுத்தல், ஆண்மை கடிதல், திண்மை அழித்துப் பெண்மை அளித்தல், தாய் பிறன் கைப்படல், மாதர் நலத்தால் மகிழ்பவன், வீடு சென்று ஒளிக்க விரும்புபவன், பாசமே பெரிதாய்ப் பார்ப்பவன், ஆணுருக்கொண்ட பெண்களும் அலிகளும், ஆணெனப் பெறுதல், பெண்மை கொண்டு ஏதோ பிதற்றுதல், வீடு பேற்றுக்குப் பெண்மை தடையாதல் போன்ற சொல்லமைப்புகளின் வழியாகப் பெண் இரண்டாம் பாலினமாகும் மொழிச் சிதைவை எதிர்கொள்கிறோம். வீரசிவாஜியின் உரைகளாகக் கூறப்பட்டாலும், பெண்ணை மலட்டுத்தன்மை, கற்பு, குலம், திண்மையின்மை என்று வெறும் உடலாக மட்டும் பார்க்கும் நோக்கை விமர்சனமின்றிப் பாரதி பதிவு செய்வதை ஏற்பதற்கில்லை.

நாட்டு விடுதலைக்கு முன்பாகக் குடும்ப நலம் பேணுதலைக் கண்டிக்கும் குரலைப் பாரதியிடம் காண்கிறோம். மிகவும் அரிதாகக் குடும்ப அமைப்பைப் பாரதி விமர்சிக்கும் இடங்களுள் இதுவும் ஒன்றாகும். உயிரைப் பெரிதாக எண்ணிப் போர் செய்ய மறுப்போர் ஆண்களாயுள்ளபோதும், போருடன் நேரடித் தொடர்பு கொள்ளாத பெண்களுடன் அவர்களை ஒப்பிட்டு, ஆணுருக்கொண்ட பெண்களாகவும் அலிகளாகவும் இழித்தும் பழித்தும் வீரசிவாஜி ஏசுவதாகப் பாரதி படைப்பது, முழுக்க முழுக்க ஆண்மையவாதக் கருத்தியலாகும். ஆண்கள் இங்கு இருமின், சுமடரைத் தொலைத்த பின் அன்றோ ஆணெனப் பெறுவோம், பெரும்பதத் தடையுமாம் பெண்மை போன்ற அடிகளில் வெளிப்படும் பெண் காழ்ப்புணர்வு, ஆணாதிக்கச்

சமூகத்தின் ஆழ்மனக் குரலாகவே அறியப்பட வேண்டியதாகும். இது தொடர்பாக,

> "அந்நியர் ஆக்கிரமிப்பு பெரும்பாலும் பாலியல் அத்துமீறல் என்ற வகையிலேயே தோற்றம் செய்யப்படுகின்றது. தாய்நாடு ஒரு பெண் உடலாகவே கருதப்படுகிறது. அதன் மீதான அந்நியர்களின் அத்துமீறல் குடிமக்கள் ஒன்றிணைந்து உடனடியாகப் பாதுகாக்க ஓடி வருவதைத் தேவையாக்குகிறது"[27]

என்பார் கருத்து ஆராயத்தக்கதாகும். எனவே, வீரசிவாஜியின் உரைகளாக வெளிப்படும் பாரதியின் அடிகளில் வெளிப்படும் பெண் காழ்ப்புக்குத் தேசியத்தை ஆண் செயல்பாடாகக் காணும் பழம்பார்வையே காரணமாகலாம்.

சிவாஜிக்கு வீர உணர்வும், வெற்றி ஊக்கமும் புகட்டிய அவரது தாயைக் கவிதைக்குள் பாரதி கொண்டு வந்திருக்கலாம். ஆண்களுடன் ஒப்பிட்டுப் பெண்களையும் அலிகளையும் சிவாஜி இழிவுபடுத்தி உரைப்பதாகப் பாடாமலாவது இருந்திருக்கலாம். குறைந்தபட்சம், வீரமும் நாட்டுப்பற்றும் இல்லாதவர்கள் பெண்கள் என்பது போன்ற தோற்றத்தைக் கவிதை எழுப்புவதையாவது தவிர்த்திருக்கலாம். ஆனால், உணர்ச்சியின் கொந்தளிப்பாக வெளிப்பட்டுள்ள இப்பாடலில், பாரதியின் நோக்கத்தையும் மீறிச் சில அடிகள் மகமதியர்கள் மற்றும் பெண்கள் மீது உதாசீனப் போக்குடன் பொங்கிவிட்டதாகத் தெரிகின்றது. இவற்றுள், மகமதியர்கள் தொடர்பான கருத்துகளில் சிவாஜியின் வீரபாவத்தை மட்டும் கவனிக்க வேண்டுமேயல்லாமல், அவர்கள் மீது உதாசீனம் இருப்பதாக நினைக்கக்கூடாதென்று பாரதியே கேட்டுக் கொண்டுள்ளார்.[28]

இவ்வகையில் பெண்கள் மீதான உதாசீனம் பற்றிப் பாரதி பேசாத போதும், அதனையும் இவ்வாறே நாம் எடுத்துக்கொள்ளலாம்.

---

27 பொன்னீலன் (தொகு), மு.சு.நூ., பா. ஆனந்தகுமார், மு.சு.க., ப.323.

28 சந்திரகாந்தன் (பதி.), *பாரதியார் கவிதைகள்*, (17.11.1906, '*இந்தியா*'), பக்.37–38.

காலம் காலமாகப் பெண்களைப் பற்றித் தமிழ்ச் சமூகத்தின் பொதுமனத்தில் ஊறி வந்திருக்கும் பல கருத்துகளைக் கடுமையாக விமர்சித்து அவற்றைத் தோலுரித்துத் தம் படைப்புகளைப் பாரதி உருவாக்கியுள்ள போதிலும், சில கருத்துகளை அவற்றின் பிற்போக்கு நோக்கங்களை அலசி ஆராய்ந்து தவிர்க்காமல், அப்படியே எடுத்தாண்டுள்ளார். இன்றைய பெண்ணிய நோக்கில் காணும்போது, விமர்சனமற்றுப் பெண் பற்றிய சில பழங்கருத்துகளைப் பாரதி மரபுப் பொருளிலேயே பதிவு செய்திருப்பதாகத் தெரிகிறது.

"கண்கள் இரண்டு இருந்தும்
காணும் திறமையற்ற
பெண்களின் கூட்டமடீ கிளியே
பேசிப் பயன் என்ன டீ"

(நடிப்புச் சுதேசிகள், பாடல்: 4; ப.40)

கண்களிருந்தும் காணும் திறமையற்ற நடிப்புச் சுதேசிகளான ஆண்களைப் பெண்கள் கூட்டமாகப் பாரதி காட்டுவதிலிருந்து, ஆண்களால் வழிநடத்தப்படும் மந்தைகளாகப் பெண்களை அவர் உருவகிப்பதாகக் கொள்ளலாம். இத்தகைய சித்திரிப்பைப் பெண்ணைப் பற்றிய மிகக்கேவலமான கருத்தாகக் காண்பாருமுளர்[29] எனினும், இதற்காகப் பாரதி என்ற தனிமனிதனைக் கவிஞனைக் குற்றம் சாட்டுவதை விடவும், அக்கவிஞன் வாழ நேர்ந்த ஆண் முதன்மைச் சமூகச் சூழலை அதற்குக் காரணமாக்குவதே உகந்ததாகும். இது தொடர்பாக,

"ஒவ்வொரு சமூகத்தின் அவ்வக்காலக்கட்ட சமூக, பொருளாதார, பண்பாட்டு அசைவியக்கங்களின் பதிவாகவும், புதிய திசை வழிகளுக்கான தேடலாகவும் சித்திரிப்பு (Representation) திகழ்கிறது. பல சமயங்களில் கருத்தியல் மோதல்களுக்கான வெளியாகவும் தொழிற்படுகிறது. எனவே, சித்திரிப்பு முன்வைக்கும் படிமங்கள், அப்படிமங்கள் வெளிப்படுத்தும் மதிப்பீடுகள் ஆகியவை மிக முக்கியமாகின்றன... சித்திரிப்பின் அரசியல் தொடாத பகுதிகளே இல்லை எனலாம்"[30]

---

29 வாலாசா வல்லவன், மு.சு.நூ., (01.11.1937, *குடியரசு*), ப.101.

30 அ. மங்கை, மு.சு.நூ., பக்.53–54.

என்பர். இவ்வகையில், ஆண் சார்புச் சித்திரிப்பை இங்குப் பாரதி செய்துள்ளது வெளிப்படையாகும்.

பெண்ணுக்குச் செய்யப்படும் மிகப்பெரிய துன்பமாகக் கற்பழித்தலைப் பாரதி காண்கிறார். ‘கற்பு’ என்பதைப் பெண்மீது ஆண் சுமத்திய விலங்காகப் பாரதி பார்க்கவில்லை. வள்ளுவர் வழியில் நின்று, மகளிர் தம் நிறையைத் தாமே பேணும் காப்பாகக் கற்பைப் பாரதி காண்கிறார். அதனால் மாதர் கற்பைப் பகைவர் அழிப்பதைப் பெருங்கொடுமையாகக் கண்டிக்கிறார்.

“மாதரைக் கற்பழித்து
வன்கண்மை பிறர் செய்யப்
பேதைகள் போலுயிரைக் - கிளியே
பேணி இருந்தாரடீ”

(நடிப்புச் சுதேசிகள், பாடல்: 8; ப.40)

பெண்கள் ஆண்களால் காக்கப்பட வேண்டியவர்கள், தம் உயிரைத் துறந்தும் பெண்களின் கற்பைப் பேண வேண்டியது ஆண்களின் பொறுப்பு என்கிறார் பாரதி. இங்குப் பெண்ணுக்குச் செய்யப்படும் ஆகப்பெரிய கொடுமையைக் கண்டிக்கும் பாரதியின் குரலில், சார்ந்து வாழும் உயிரிகளாகப் பெண்களைக் கருதும் மனநிலையும் ஒளிந்துகொண்டுள்ளதாகத் தோன்றுகிறது. ஆண்களின் அரும்பெரும் உடைமைகளாகப் பெண்கள் கருதப்படுவதால்தான், ஆணைச் சினமுறச் செய்யும் திட்டு வார்த்தைகள், அவனது தாய் மனைவி ஆகியோரைக் குறிபார்த்தே எய்யப்படுகின்றன; உலகில் நிகழும் அனைத்துப் போர்களிலும் வெற்றி பெறுவோரால் முதலில் பறிக்கப்படுவதாகப் பெண்ணுடல்களே அமைகின்றன. ஆணுக்கும் ஆணுக்குமான சண்டையில் தொடர்ந்து பெண் பலியாகும் அவலம் இப்படித்தான் நேர்கிறது. இப்பின்னணியில் வைத்துத்தான், பாரதியின் பாடல் வரிகளை ஆராய வேண்டும்.

“பெண்டிரை மிலேச்சர் பிரித்திடல் பொறாது
செத்திடும் செய்தியும்”

(தமிழ்ச்சாதி, அடி 38-39; ப.117)

என்று, வெளிநாடுகளில் கூலி வேலை செய்யப் போன தமிழ்ப் பெண்களின் துன்பங்களைப் பாரதி பாடுகிறார். இங்குக் கற்பழிப்புக்கு ஆளான பெண்கள் தம்முயிரைப்

போக்கிக் கொள்வதற்காகக் கண்ணீர்விடும் பாரதி, அவ்வாறு உயிர் விடுதலை வலியுறுத்தும் தமிழ்ப் பண்பாட்டையும் விமர்சித்திருக்கலாம். ஏனெனில், பெண்ணிய நோக்கிலிருந்து அணுகும்போது, அத்தகைய விமர்சனம் தவிர்க்கவியலாததாகும்.

கலெக்டர் வின்சுக்கு ஸ்ரீ சிதம்பரம் பிள்ளை கூறிய மறுமொழியாக அமையும் பின்வரும் பாடல் அடிகள், அழுவதைப் பெண்களின் இயல்பாகவும், ஆண்பிள்ளைகள் அழுவதில்லை என்று பொருள்படும்படியாகவும் அமைந்துள்ளன.

"பொழுதெல்லாம் எங்கள் செல்வம் கொள்ளை கொண்டு
போகவோ? - நாங்கள் - சாகவோ?
அழுது கொண்டிருப்போமா? ஆண்பிள்ளைகள்
அல்லமோ? - உயிர் - வெல்லமோ?"

(கலெக்டர் வின்சுக்கு..., பாடல்: 3, ப.61)

இங்கு அழுதால் அவர்கள் ஆண்பிள்ளைகளாய் இருக்கவியலாது என்பதும், அழுவதை இயல்பாய்க் கொண்ட பெண்களுக்கு இல்லாத வீரம் ஆண்களுக்குரியது என்பதும் குறிப்புப் பொருள்களாகக் காணப்படுகின்றன. அழுகையைப் போல் கற்பும் பெண்களின் இயல்பாகப் பல இடங்களிலும் பாரதியால் குறிக்கப்படுகிறது.

"பூதலம் முற்றிடும் வரையும் - அறப்
போர்விறல் யாவும் மறப்புறும் வரையும்
மாதர்கள் கற்புள்ள வரையும் - பாரில்
மறைவரும் கீர்த்திகொள் ரஜபுத்ர வீரர்"

(மாதாவின் துவஜம், பாடல்: 9; ப.63)

தம் நல்லுயிர் ஈந்தும் கொடியினைக் காப்பார்கள் என, 'மாதாவின் துவஜம்' என்னும் பாரத நாட்டுக் கொடியினைப் புகழும் பாடலில் பாரதி பாடியுள்ளதும் அறியத் தக்கதாகும். 'மாதர்கள் கற்புள்ள வரையும்' என்ற அடிக்குத் தமது உயிர் வாழ்வின் பிடிமானமாகத் தமது மாதர்களின் கற்பினையே ரஜபுத்ரர் கொண்டிருப்பதாகப் பொருள் கூறலாம். அக்கற்பை அவர்கள் இழந்துவிட்டால், தம் வாழ்வை முடித்துக் கொள்வதன்றி ரஜபுத்ரருக்கு வேறு வழியில்லை. கற்புப் பற்றிய ரஜபுத்ரரின் இக்கொள்கைக்குப் பாடலில் பாரதி உயிர் கொடுத்துள்ளார்.

பாரதிக்கும் இக்கருத்து உடன்பாடேயாகும். இங்குக் கற்பைப் பற்றிய மரபு சார்ந்த கருத்துக்குப் பாரதி விரும்பியே அழுத்தம் தருவதாகக் கொள்ளலாம். இது குறித்து,

> "கற்பு என்பதைப் பாரதி, பெண்கள் மீது சமூகம் பூட்டிய விலங்காக உணரவில்லை. அதை அவர், பெருமைக்குரிய ஒன்றாக, பெண்ணைத் தெய்வமாக்கும் பண்பாகப் போற்றுகிறார். அதே சமயத்தில் கற்பைப் பெண்ணுக்கு மட்டும் வற்புறுத்துவதை மட்டும் கண்டிக்கிறார்... பெண்ணைப் பொறுத்தவரை பாரதியாரின் உள்ளம் ஆண்மைக்கு அப்பாற்பட்ட மானிடப் புதுமையாக வெளிப்பட்டு நிற்கிறது. ஆனால், கற்பைப் பொறுத்தவரையில் 'சரிநிகர்' பேசினாலும், பெண்ணிடத்துக் கற்பைச் சற்று அதிகம் வலியுறுத்தித் தாம் கொண்ட நெறியிலிருந்து சற்று விலகி, ஆண் ஆதிக்க வசப்பட்டவராகத் தோற்றமளிக்கிறார்"[31]

எனச் சுட்டுவர். எனவே, பெண்ணுடன் பிறந்ததாகக் கற்பைப் புனையும் இந்தியத் தமிழ் மரபுடன் பெரிய அளவில் வேறுபடாத பார்வைதான் பாரதியிடமுமுள்ளது எனலாம்.

பாரதியின் கருத்துலகில் மிகப்பெரும் இடத்தைக் குடும்பம் குறித்த சிந்தனைகள் பிடித்துக்கொண்டுள்ளதாகத் தெரிகின்றது. வீட்டையும் மனைவியையும் போற்றுவதில் பாரதிக்குள்ள ஈடுபாடு அளவற்றதாகும். பெண்களையும் குழந்தைகளையும் பிரிவதைப் பெருந்துன்பமாகப் பாரதியார் காண்கிறார். ஆண் வாழ்வின் பெருமை என்பது பெண்ணுடன் இணைந்து குடும்பமாக வாழ்வதில்தான் உள்ளதாகவும் கருதுகிறார். இது குறித்து,

> "பெண்ணும் ஆணும் அன்பு கொண்டு வாழ்வதே இன்பங்களிலெல்லாம் சிறந்த இன்பம்... ஆண் பெண் உறவினால் வரும் துன்பந்தான் மனிதருக்கு இவ்வுலகத்தில்

---

31 வீ. அரசு (பதி.), மு.சு.நூ., இரா. பிரேமா, மு.சு.க., பக்.45-46.

மற்றெல்லாத் துன்பங்களைக் காட்டிலும் அதிகமாக ஏற்பட்டுவிட்டது''[32]

எனப் பாரதியே கூறுவதும் அறியத்தக்கதாகும். இக்கூற்றுவழி, அன்பினால் இன்பத்தையும் பிரிவினால் துன்பத்தையும் ஆணும் பெண்ணும் அடைவதாகப் பாரதி கூறுகிறார். இதன் விளக்கமாக,

"மாதரையும் மக்களையும் வன்கண்மையால் பிரிந்து
காதல் இளைஞர் கருத்தழிதல் காணாயோ"

(ஸ்வதந்திர தாகம், பாடல்: 7; ப.65)

என்றும்,

"இதம் தரும் மனையின் நீங்கி இடர்மிகு சிறைப்பட்டாலும்"

(சுதந்திரதேவியின் துதி, பாடல்: 1, ப.78)

என்றும், பாரதி எழுதுகிறார். காதல் இளைஞர் கருத்தழிவதற்கு இதம் தரும் மனையைவிட்டு அவர் நீங்குவதே காரணம் என்பது பாரதியின் கருத்தாகலாம். வீடு, குடும்பம், மனைவி, குழந்தைகள் என்னும் இல்லற வாழ்விற்குப் பாரதி தரும் ஏற்றம் அழுத்தமானதாகும். 'லாஜ்பத்ராய் பிரலாபம்' என்னும் பாடலில்,

'நாடு இழந்து மக்களையும் நல்லாளையும் பிரிந்து
வீடு இழந்து இங்குற்றேன் விதியினை என் சொல்கனே!
வேதமுனி போன்றார் விருத்தராம் எந்தை இரு
பாதமலர் கண்டு பரவப் பெறுவனோ?
ஆசைக்குமரன் அருச்சுனனைப் போல்வான் தன்
மாசற்ற சோதிவதனம் இனிக் காண்பேனோ?
அன்றிலைப் போன்று என்னை அரைக்கணமேனும் பிரிந்தால்,
குன்றி மனம் சோர்வாள் இக்கோலம் பொறுப்பாளோ?"

(லாஜ்பத்ராய் பிரலாபம், பாடல்: 14; ப.99)

என்று, நாடு கடத்தப்பட்ட லாலா லஜபதிராயின் மனத்துயரத்தை, நாடும் வீடும் மனைவியும் தந்தையும் மக்களும் பிரிந்து

---

32 சீனி.விசுவநாதன் (பதி.) *கால வரிசைப்படுத்தப்பட்ட பாரதி படைப்புகள்* (ஒன்பதாம் தொகுதி), ப.165.

வாடும் அவரது அவல வாழ்வைச் சோகச் சித்திரமாகப் பாரதி தீட்டியுள்ளார்.

பெரும்பாலும் போராட்ட வீரர்களைக் குடும்பப்பற்று இல்லாதவர்களாகவும், சொந்த வாழ்வுக்கு உரிய மதிப்பளிக்காதவர்களாகவும், தாம் கொண்ட இலட்சியத்திற்காக உறவுகளைத் தியாகம் செய்யத் தயங்காதவர்களாகவும் காட்டுவதுதான் நடைமுறையாகும். ஆனால், இதற்கு முற்றிலும் வேறுபட்டவராகக் குடும்பம் போற்றும் சிந்தனையாளராகப் பாரதி திகழ்கிறார். மேலும், வீடுபேற்று நிலைக்குக் குடும்பத்தைத் தடையாகக் கருதும் பார்வையும், பெருமளவில் பாரதியிடம் இல்லை. இல்லறத்தைப் போற்றித் துறவறத்தை எள்ளி நகையாடுவது பாரதியின் இயல்பாகும். பெண்கள் பற்றிய பரவச உணர்வும், வியப்புணர்வும் தாம் பாரதியிடம் மிகுந்துள்ளன.

“சிந்துநதியின்மிசை நிலவினிலே
சேர நன்னாட்டு இளம்பெண்களுடனே
சுந்தரத் தெலுங்கினில் பாட்டிசைத்துத்
தோணிகள் ஓட்டி விளையாடி வருவோம்”

(பாரத தேசம், பாடல்: 6, 85)

மேற்காட்டப்பட்ட பாடல் அடிகளில், பெண்ணுடன் இணைந்து வாழ்வதில் ஆண் கொள்ளும் பெருமகிழ்ச்சி வெளிப்பட்டுள்ளதாகக் கொள்ளலாம். இன்பம் தருபவளாகப் பெண்ணைக் காணும் அதே வேளையில், அவள் உணர்வுகளுக்கும் மதிப்பளித்து அவற்றைக் கொண்டாடுபவராகவும் பாரதி திகழ்கிறார். பெண்ணின் அறிவைக் குற்றம் காணாமல் ஏற்றுப் போற்றும் பரந்த மனமும் பாரதியிடமுள்ளது.

“சாதி இரண்டொழிய வேறில்லை என்றே
தமிழ்மகள் சொல்லிய சொல் அமிழ்தம் என்போம்
நீதி நெறியினின்று பிறர்க்கு உதவும்
நேர்மையவர் மேலவர் கீழவர் மற்றோர்”

(பாரத தேசம், பாடல்: 14; ப.86)

இங்குத் தமிழ்மகளாக ஔவையைக் குறிப்பிட்டு அவளது சொற்களை அமிழ்தமாகக் கொண்டு போற்றுகிறார் பாரதி.

இப்பாடலில் மட்டுமல்லாமல், உரைநடைக் கட்டுரைகளிலும் ஔவைக்குத் தனிச்சிறப்பளித்துப் பாரதி கொண்டாடுவதைக் காண்கிறோம். எனினும், ஔவையின் 'ஆத்திசூடி'யில் காணப்படும் பெண்ணடிமைத்தனக் கருத்தியல்களை விமர்சித்துப் 'புதிய ஆத்திசூடி' பாடவும் பாரதி தயங்கவில்லை என்பது குறிப்பிடத்தக்கதாகும்.

பெண் விடுதலையைப் பற்றிப் பாடும்போது, எந்தவித ஒளிவும் மறைவும் இல்லாமல் நேர்ப்படப் பாரதி பேசுகிறார். பாரதியின் குரலில் உண்மையும் நேர்மையும் ஒளிர்கின்றன. இது குறித்து,

> "நாகரிகத்தின் அளவுகோல் பெண்களின் நிலைமை என்ற உண்மையை இவர் நன்குணர்ந்தவர். இவ்விடுதலையைப் பற்றி இவர் பாடும்பொழுது, தனிப்பட்ட எக்களிப்பும் உற்சாகமும் இவருள்ளத்தில் ததும்புகின்றன"[33]

என்பார் எஸ். வையாபுரிப் பிள்ளை. இவ்வாறு நாகரிகத்தின் அளவுகோலாகப் பெண் உயர்வைப் பாரதி கண்டமையாலேயே,

> "வாழி கல்வி செல்வம் எய்தி மனம் மகிழ்ந்து கூடியே
> மனிதர் யாரும் ஒருநிகர் ஸமானமாக வாழ்வமே
> மாதர் தம்மை இழிவுசெய்யும் மடமையைக் கொளுத்துவோம்
> வைய வாழ்வு தன்னில் எந்த வகையிலும் நமக்குள்ளே
> தாதர் என்ற நிலைமை மாறி ஆண்களோடு பெண்களும்
> சரி நிகர் ஸமானமாக வாழ்வம் இந்த நாட்டிலே"
> *(விடுதலை! விடுதலை! விடுதலை! பாடல்: 3; ப.94)*

எனப் பெண்ணும் ஆணும் சரிநிகர் சமானமெனப் பாரதியால் பாடமுடிகிறது எனலாம். இப்பாடல் குறித்து,

> "பாரதியார், மிகவும் சிந்தித்தே, 'மாதர் தம்மை இழிவு செய்யும்' என எழுதினார். பாரதியாரின் கையெழுத்துப் பிரதிகளில் ஒன்றில், 'மனிதர் தம்மை இழிவு செய்யும் என முதலில் இருந்தது. பின்னர், 'மாதர்' எனத் திருத்தப்பட்டுள்ளது. இதனால் மாதருக்கு இழைக்கப்படும்

---

33   எஸ். வையாபுரிப் பிள்ளை, *தமிழ்ச்சுடர் மணிகள்*, ப.352.

இழிவையே முதலில் ஒழிக்க வேண்டும் என்ற பாரதி சிந்தனையின் தெளிவு தெரிகிறது"[34]

எனப் பெ.சு. மணி விளக்குகிறார். இவ்வாறு பாரதி செய்த திருத்தத்தால், இப்பாடல் மேலும் வலிமை பெற்றதாகத் துணியலாம். இங்குத் தாதராக மாதரைக் கருதும் மனநிலையைக் கடுமையாகப் பாரதி எதிர்க்கிறார். மாதரை இழிவு செய்வதை மடமையாகக் கருதும் அவர், உலக வாழ்வின் அனைத்து நிலைகளிலும் ஆண்களோடு பெண்களும் சரிநிகர் சமானமாக வாழ்வதே சிறந்த வாழ்வென்றும் அறிவிக்கிறார். தமது பெண் விடுதலைக் கொள்கையை ஐயந்திரிபறப் பிறருக்கு விளக்கிக்காட்டும் நோக்கில்,

"ஆணும் பெண்ணும் ஒருயிரின் இரண்டு கலைகள் என்றெழுது. அவை ஒன்றிலொன்று தாழ்வில்லை என்றெழுது. பெண்ணைத் தாழ்மை செய்தோன் கண்ணைக் குத்திக்கொண்டான் என்றெழுது. பெண்ணை அடைத்தவன் கண்ணை அடைத்தான் என்றெழுது"[35]

எனப் பரலி சு. நெல்லையப்பருக்கு எழுதிய கடிதமொன்றில் பாரதி குறிப்பிட்டுள்ளதும், இங்குக் கருதத்தக்கதாகும். மேலும், தாய்மைக்கு மதிப்பளிப்பதிலும், குடும்பத்தைக் கட்டிக்காக்கும் தாயைப் பேணாத தனயர்களைத் தட்டிக் கேட்பதிலும் பாரதி முன்னிற்கிறார்.

'மாதா வாய்விட்டு அலற அதைச் சிறிதும்
மதியாதே வாழ்நாள் போக்கும்
தீதாவார் வரினும் அவர்க்கு இனிய சொலி
நன்குணர்த்தும் செவ்வியாளன்"

(தாதாபாய் நவுரோஜி, பாடல்: 4; ப.97)

என்று, தாதாபாய் நௌரோஜியைப் போற்றும் பாடலில் குறிப்பிடுகிறார். இங்குப் பாரதத் தாயையே பாரதி குறித்தாலும், அக்குறிப்பினுள் மானுடத்தாய் பற்றிய அவரது கருத்தும் கலந்துள்ளதாகக் கூறலாம். தாய் சொல்லைக் கேட்பதைத்

---

34 பெ.சு. மணி *பாரதியாரும் சமூக சீர்திருத்தமும்*, ப.125.

35 ரா.அ. பத்மநாபன், *பாரதியின் கடிதங்கள்* ப.54.

தனயனின் கடமையாகப் பாரதி காண்கிறார். அவ்வாறு காண்பதால், தாயின் துன்பத்தைத் தீர்க்க முயலாத தனயனை அவர் கண்டிக்கிறார். இங்குத் தாய்மையின் புனிதம் பற்றிய பழங்கருத்தையே பாரதியும் எதிரொலிப்பதாகக் கொள்ளலாம்.

> "... எமது பரதநாட்டுப்
> பெண் பல்லார் வயிற்றினும் அந்நவுரோஜி
> போல் புதல்வர் பிறந்து வாழ்க!"
>
> *(தாதாபாய் நவுரோஜி, பாடல்: 5, ப.97)*

என்று, தொடர்ந்து நவுரோஜியைப் பாரதி வாழ்த்துவதிலிருந்து, நல்ல புதல்வரைப் பெறும் கடமை நல்ல தாய்மார்க்கு உள்ளதை அவர் வலியுறுத்துவது வெளிப்படையாகும். இப்படியாகத் தாய், மனைவி, பராசக்தி என்று பல நிலைகளிலும் பெண்மையைப் போற்றுபவராகத் திகழ்ந்த பாரதிக்குக் குருதேவியாக அமைந்தவரும் பெண்தான் என்பது குறிப்பிடத்தக்கதாகும்.

1906 இல் கல்கத்தாவில் நடைபெற்ற காங்கிரஸ் மாநாட்டிற்குச் சென்றுவிட்டு வரும்வழியில் காளி பக்தையான சகோதரி நிவேதிதையைப் பாரதி சந்தித்து 'உபதேசம் பெற்றதாகக் கூறப்படுகிறது[36]. பாரதிக்கு உபதேசம் செய்த சகோதரி நிவேதிதையின் வாழ்வு குறித்து,

> "நிவேதிதா தேவி, சகோதரி நிவேதிதை (1867-1911) அயர்லாந்தைச் சேர்ந்தவர். பெற்றோர் இட்டபெயர் மார்க்ரெட் எலிஸபெத் நோபிள். விவேகானந்தர் அமெரிக்காவிலிருந்து திரும்பும் வழியில் இங்கிலாந்துக்குச் சென்ற போது வழியில் அவரைச் சந்தித்துக் குருவாக ஏற்றுக்கொண்டவர். இந்திய மாதர்களின் முன்னேற்றத்துக்குப் பாடுபட விவேகானந்தருக்கு ஒரு பெண்மணி தேவைப்பட்டபோது இந்தியாவுக்கு வந்த மார்க்ரெட், 1898 இல் சந்நியாசினி ஆனார். இந்திய விடுதலைக்காகப் போராடிய ரகசிய இயக்கங்களுக்கு ஆதரவாகச் செயல்பட்டார். இராமகிருஷ்ண மடத்துக்கும் அரசியலுக்கும் தொடர்பில்லை என்ற விதியின் காரணமாக,

---

36 LV. Bytchikhina, Mahakavi Bharathi in the hearts of Soviet People, The Everlasting song of Freedom, P.105.

விவேகானந்தர் மறைவுக்குப் பின் மடத்தைவிட்டு விலகி விடுதலைப் போராட்ட முயற்சிகளுக்கு உத்வேகமாகவும் உறுதுணையாயும் நின்றார். 1906 கல்கத்தா காங்கிரசுக்குச் சென்றுவிட்டுப் பாரதி இந்த அம்மையாரைச் சந்தித்து "உபதேசம் பெற்றார். பாரதியார் தனது முதல் இரண்டு நூல்களையும் (ஸ்வதேச கீதங்கள் 1908, ஜன்மபூமி 1909) இந்த அம்மையாருக்கே சமர்ப்பணம் செய்துள்ளார்"[37]

எனச் சுருக்கமாகச் சந்திரகாந்தன் தொகுத்துக்கூறுவது அறியத்தக்கதாகும். இவ்வாறு கல்கத்தாவில் நிவேதிதையைச் சந்தித்த பாரதி, தமிழ்நாட்டுக்குத் திரும்பிய பிறகு, தம் குருமணியைப் போற்றிப் பின்வரும் பாடலை எழுதி வெளியிட்டார்.

"அருளுக்கு நிவேதனமாய் அன்பினுக்கோர்
கோயிலாய் அடியேன் நெஞ்சில்
இருளுக்கு ஞாயிறாய் எமது உயிர்நாடு
ஆம் பயிர்க்கு மழையாய் இங்குப்
பொருளுக்கு வழியறியா வறிஞர்க்குப்
பெரும் பொருளாய்ப் புன்மைதாதச்
சுருளுக்கு நெருப்பாகி விளங்கியதாய்
வேதிதையைத் தொழுது நிற்பேன்"

(நிவேதிதா தேவி துதி, ப.107)

இப்பாடலில், 'அருளுக்கு நிவேதனமாய்' எனப் பாரதி குறிப்பிடுவது மிகப் பொருத்தமானது என்பதைப் பெ.சு. மணி,

"1898 மார்ச் 25 இல் மார்க்ரெட் நோபிள் சுவாமி விவேகானந்தரால் 'நிவேதிதா' என்று பெயர் சூட்டப் பெற்றார். இந்தப் பெயரின் பொருள் 'நிவேதனம்'. அதாவது இறைத்தொண்டிற்குத் தமது வாழ்க்கையைச் சமர்ப்பணம் செய்வது என்பதாகும். பாரதியார் கூட 'அருளுக்கு நிவேதனம்' என்று குறிப்பிட்டது நினைவு கூரத்தக்கது"[38]

---

37 சந்திரகாந்தன் (தொகு), மு.சு.நூ. ப.107.

38 பெ.சு. மணி, *தூய அன்னை ஸ்ரீ சாரதாதேவி*, ப.173.

என்று எடுத்துக்காட்டுவது அறியத்தக்கதாகும். ஔவையாருக்கு அடுத்தபடியாகப் பாரதி போற்றிக் கொண்டாடிய பெரியதோர் ஆளுமையாளர் சகோதரி நிவேதிதையே ஆவார். அருளின் படையலாய், அன்பின் கோயிலாய், இருள் விரட்டும் ஞாயிறாய், பயிர்க்கு மழையாய், ஏழைக்குச் செல்வமாய், புன்மையைப் பொசுக்கும் நெருப்பாய் பாரதி நிவேதிதையைக் கொண்டாடுகிறார். இவ்வாறு நிவேதிதையைப் பாரதி போற்றுவதற்குக் காரணமாக,

> "பாரதியின் மனதில் முதன்முதல் சாந்தத்தையும் அமைதியையும் தத்துவத்தையும் விதைத்தவர் நிவேதிதா தேவி"[39]

என்றும்,

> "வருங்காலக் காவிய புருஷனாக மலரப்போகும் பாரதியை முதன்முதலாக இனம் கண்டு கொண்டவர் நிவேதிதா தேவிதான்"[40]

என்றும், பாரதி அறிஞர்கள் விளக்குவது ஏற்கத்தக்கதாகும். இருபதாம் நூற்றாண்டின் தொடக்கத்தில் ஆயிரக்கணக்கான ஆண்டுகளாய் ஆணாதிக்கம் வேரூன்றியிருந்த தமிழ்ச் சமூகத்தில் பிறந்த ஓர் ஆண்மகன், அயர்லாந்து நாட்டிலிருந்து இந்தியாவிற்கு வந்து உழைத்த வேற்றுமொழி பேசும் பெண் ஒருத்தியைத் தன் குருவாக ஏற்றுக்கொள்வது என்பது எளிதன்று. பெண்மையைக் கொண்டாடும் பாரதி என்கிற மகத்தான ஆளுமையின் தனிச்சிறப்பு இது. இவ்வாறு பெண்ணைக் குருவாக ஏற்ற ஆண்களை உலக வரலாற்றில் காண்பது என்பது, அரிதினும் அரியதாகும். இந்த அரிய நிகழ்வின் முக்கியத்துவத்தை,

> "இந்தக் கவிக்குயிலுக்கு, ஆன்மானுபவ உபதேசத்தை முறையாக அளித்த குருமணி, வழக்கமான காவியுடுத்த ஆசாரியனோ, சடாமுடிச் சந்நியாசியோ அல்ல. இதுவும் ஒரு முரண்பாடுதான். இந்தியத் திருநாட்டில் சமண பௌத்த நெறிகளுக்குச் சவாலாகத் தோன்றிய சங்கரர் வழித்துறவிகளால் 'மாயை' என்று பழிக்கப்பட்ட

39 மு.மு. இஸ்மாயில், *கவிச்சக்கரவர்த்தியும் கவியரசரும்*, ப.47.

40 மு. பாண்டியன், *சமகாலத் தத்துவச் சூழலும் பாரதியும்*, ப.22.

பெண் இனம்; வெள்ளைத் தோலுக்குரியவள். புரட்சித் துறவியாகி விவேகானந்தரின் வழியில் இந்திய நாட்டுக்குத் தொண்டாற்றவந்த பெண் துறவி; எழுச்சிப் பெண். புரட்சிக்கனலை உள்ளடக்கி, அக்கால இளைஞரின் உள்ளங்களில் விடுதலைப் பொறிகளைத் தூவியவள்... உள்ளுணர்வை உசுப்பிவிட்ட மகாசக்தி... அந்தக் கணங்களை உன்னி உன்னிப் பரவசமடையச் செய்த புரட்சிக் குருமணி; சகோதரி நிவேதிதா"[41]

என ராஜம் கிருஷ்ணன் பதிவு செய்துள்ளார். நிவேதிதை பாரதி சந்திப்புப் பற்றிப் பல சுவையான தகவல்கள் கூறப்படுகின்றன. இது குறித்துப் பின்வருமாறு ரா.அ. பத்மநாபன் கூறுவது கருதத்தக்கதாகும்.

"காசியிலிருந்து திரும்பும்போது கல்கத்தா அருகிலுள்ள 'டம்டம்' என்ற இடத்துக்குச் சென்று, அங்கே 'விவேகானந்தரின் தர்மபுத்திரி' நிவேதிதா தேவியைச் சந்தித்தார். பாரதியின் வாழ்க்கையையே அடியோடு மாற்றிவிட்டது இந்தச் சந்திப்பு"[42]

என்கிறார் ரா.அ. பத்மநாபன். இவ்வாறு பாரதியின் வாழ்க்கையை அடியோடு மாற்றிவிட்டவராகக் கருதப்படும் நிவேதிதையின் சந்திப்பின் விளைவாகப் பெண் விடுதலையிலும், அரசியல் தீவிரவாதத்திலும், சமத்துவச் சமுதாயம் சமைப்பதிலும் பாரதி முன்னிலும் முனைப்பாகச் செயல்பட்டதாகத் தெரிகின்றது. தம் வாழ்நாள் முழுவதிலும் நிவேதிதையின் செல்வாக்குக்குப் பாரதி உட்பட்டிருந்ததாகக் கருதுவர்."[43] இது பற்றி,

"யாவரினும் மேலாகச் சகோதரி நிவேதிதை பாரதி வாழ்வைப் பொருண்மை சான்றதாக ஆக்கினார் என்பது மனத்தே மிகவும் பதிவு செய்தற்கு உரியது... பாரதி இலக்கியத் திசைவழி நோக்கில் திசை எல்லைகளை விழுங்கிய ஆளுமை நிவேதிதையாரிடம் காணப்படுகிறது"[44]

---

41 வீ. அரசு (பதி.), மு.சு.நூ, ராஜம் கிருஷ்ணன், *'பாரதியின் பெண்'*, பக்.17–18.

42 ரா.அ. பத்மநாபன், *சித்திர பாரதி*, ப.23.

43 S. Ramakrishnan, *Bharathi Patriot Poet Prophet*, P.21.

44 ம.ரா.போ. குருசாமி, *பாரதியார் ஒரு பாலம்*, பக்.87–89.

என்பர். இவ்வாறு இந்திய விடுதலை இயக்கத்திலும், தமிழ்க் கவிதை வரலாற்றிலும் முன்னெப்போதும் நிகழ்ந்திராத முன் மாதிரியாகச் சகோதரி நிவேதிதை, ஔவையார் என்ற இரண்டு பெண்களைத் தம் குரு தேவிகளாகப் பாரதி ஏற்றமை என்பது, அறிவுத் தளத்தில் பெண்மையின் மேதைமையைப் பாரதி போற்றி வழிபட்டமைக்கான சான்றுகளாகக் குறிக்கத்தக்கவையாகும். பாரதியின் சிந்தனைத் தளத்தைச் சகோதரி நிவேதிதையுடனான சந்திப்பு முற்றிலும் புதிய திசையில் திருப்பிவிட்டதைக் குறித்து,

> "தேவி நிவேதிதா, பாரதியின் தெளிவற்ற உணர்ச்சிகளை யெல்லாம் இணைத்துச் சுருதி சேர்த்துவிட்ட அற்புதக் கலைஞர். நிவேதிதையின் தரிசனம், இளம்பாரதியின் உணர்ச்சித் துடிப்புகளையெல்லாம் வயப்படுத்தி, அவர் உள்ளத்தில் தெளிவை ஏற்படுத்தியிருக்கிறது... தேவி நிவேதிதா இத்தகைய உள்ளத்தெளிவைத் தம்மிடம் தோற்றுவித்ததாலேயே பாரதி அவரைத் தம் ஞான குருவாகக் கொண்டார். இந்தப் பெரும் செயலுக்கு நிவேதிதா எடுத்துக்கொண்ட காலம் மிகக் குறைவாயினும், அச்சிறு கால அளவே, புதிய பாரதியை உருவாக்குவதற்குப் போதுமானதாக அமைந்து விட்டது"[45]

எனப் புதிய பாரதியை உருவாக்கிய குருதேவியாகச் சகோதரி நிவேதிதையை விஜயபாரதி மதிப்பிடுவது, முற்றிலும் ஏற்கத்தக்கதாகும். நிவேதிதா தேவியைச் சந்தித்த அனுபவம் பற்றிப் பாரதி பாடியதாகத் தமது *'பாரதியார் சரித்திரம்'* என்ற நூலில், பின்வரும் பாடலைச் செல்லம்மா பாரதி காட்டுகிறார்.

"சொன்ன சொல் ஏதுஎன்று சொல்வேன்? எனைச்
சூதாய்த் தனிக்கவே சும்மா இருத்தி
முன்னை ஏதும் இல்லாதே - சுக
முற்றச் செய்தே எனைப் பற்றிக் கொண்டார்
பற்றிய பற்று அற ஒன்றே தன்னைப்
பற்றச் சொன்னார் பற்றிப் பார்த்த இடத்தே
பெற்றதை ஏது என்று சொல்வேன்? - சற்றும்
பேசாத காரியம் பேசினார் தோழி!"[46]

---

45 எஸ். விஜயபாரதி, *மகாகவி பாரதி ஒரு திறனாய்வு*, ப.20.

46 செல்லம்மா பாரதி, *பாரதியார் சரித்திரம்*, பக்.341–342.

(சொன்னசொல், பக்.341, 342)

இப்பாடலில், ‘பேசாத காரியம் பேசினார் தோழி’ என்ற அடிகளில், ‘அரசியல் தீவிரவாதம் மற்றும் பெண் விடுதலை’ ஆகிய கருத்தியல்களே பேசப்பட்டதாகத் துணியலாம். இவ்வடிகளில், நிவேதிதையின் மேதைமை குறித்த பாரதியின் பெருமிதமும் வியப்புணர்வும் ஒருங்கே வெளிப்படுவதைக் காண்கிறோம். இப்பேசாத காரியம் குறித்து,

> “நாட்டுப்பற்று, சாதி ஒழிப்பு, பெண் விடுதலை ஆகிய முப்பெரும் கருத்துகளைத் தம் மனத்திலே பதித்த நிவேதிதா தேவியைத் தம் ஞான ஆசிரியராக ஏற்றார்”[47]

என்பார் பா. இறையரசன். இவ்வாறு பேசாத காரியம் பேசிய தோழியைப் பாரதியின் கவிதை, அரசியல் மற்றும் தத்துவ நோக்கைக் கூர்மைப்படுத்திய மூலவேர்களுள் ஒருவராகக் கைலாசபதி காண்கிறார்.[48] இது தொடர்பாக,

> “தேசபக்தி ஆவேசம் மிகுந்த இளைஞனும் கவிஞனுமான பாரதி, நிவேதிதா தேவியின் ஆளுமைக்கு ஆட்பட்டு உணர்ச்சிப் பரவசமாகி, அந்தக் கணமே அவரைத் தனது குருவாக ஏற்றுக் கொண்டான் என்றும், தனது தேசப் பணியும் எழுத்தாற்றலும் கவிதா சக்தியும் அத்தகைய போராட்டத்துக்குத் தமிழ்நாட்டு இளைஞர்களைத் தயார்படுத்தும் விதத்தில் செயல்படவேண்டும் என்று விரதம் ஏற்றுக்கொண்டான் என்றும் நாம் ஊகிக்க முடியும்”[49]

எனத் தொ.மு.சி. ரகுநாதன் கருதுவது ஏற்கத்தக்கதாகும். தம் வாழ்நாளிலேயே வெளியான தமது கவிதைத் தொகுதிகள் இரண்டினைக் குருதேவி நிவேதிதைக்குப் பாரதி சமர்ப்பித்துள்ளதன்வழி, பாரதியின் மீது நிவேதிதை செலுத்திய தாக்கத்தின் ஆழத்தை அறியலாம். இங்குப் பின்வரும் பெ.சு. மணியின் கருத்தும் எண்ணத்தக்கதாகும்.

---

47 பா. இறையரசன். *இதழாளர் பாரதி*, பக்.232–233.

48 K. Kailasapathy, *On Bharathi*, p.5–7.

49 தொ.மு.சி. ரகுநாதன், *பாரதி காலமும் கருத்தும்*, ப.155.

> "சகோதரி நிவேதிதையைச் சந்தித்ததற்கு முன்பே பெண்கள் முன்னேற்றம் பற்றி எழுதவும், மேன்மேலும் சிந்திக்கவும் 'சக்ரவர்த்தினி' பாரதியாருக்கு வாய்ப்பளித்தது"[50]

எனப் பெ.சு. மணி கூறுவதிலும் சிறிது உண்மையிருக்கலாம் என்ற போதிலும்,

> "பாரதியார், பெண்கள் நிலை குறித்தும், பெண்கள் உயர்வு குறித்தும் எழுதிய கவிதைகள், கதைகள், கட்டுரைகள் யாவற்றிற்கும் அடிப்படைக் காரணமாக இருந்தது நிவேதிதையின் சந்திப்பே"[51]

என்பார் கூற்றே, மறுக்கவோ மறைக்கவோ இயலாத முழு உண்மையாகும். சகோதரி நிவேதிதையைப் பாரதி வாழ்ந்த காலத்தில் எத்தனையோ மனிதர்கள் சந்தித்திருக்கக்கூடும். அவர்கள் அனைவரிடமும் நிவேதிதையும் அறிவுரைகள் கூறியிருப்பார். மேலும், பல மேடைகளிலும் தம் கருத்துகளை நிவேதிதை பேசியிருப்பார். எனினும், நிவேதிதையின் புரட்சிகரமான கருத்துகளை உள்வாங்கும் திறமும், அவற்றைச் செயல்படுத்தும் தீரமும் பாரதி போன்ற ஒரு மகாகவிக்கே வாய்த்தது எனலாம். இது குறித்து,

> "அடிமைத்தனத்தை நீக்குதல், ஆண்மையை ஓங்குவித்தல், ஜாதிச் சழக்கைத் தகர்த்தல், தீண்டாமை நோயைக் களைதல், ஒற்றுமையை வளர்த்தல், தேச பக்தியைத் தெய்வ பக்திக்கு ஒப்பாக்குதல், அச்சம் தவிர்த்தல், தூக்கி வினையாற்றுதல் இவைபோன்ற சீரிய கருத்துக்களைச் சகோதரியார் பாரதியாருக்கு அன்புடன் வழங்கினார். அவரும் அவைகளை அமிழ்தென ஏற்றுக்கொண்டார். சத்பாத்திரம் ஒன்றில் போட்டுவைக்கப்பட்ட சீரிய கருத்துக்கள் என்ன, அவை உலகுக்குப் பயன்பட்டன என்பது தேற்றம்"[52]

---

50 பெ.சு. மணி, *பத்திரிகை உலகில் பாரதியார் சாதனைகள்*, ப.6.

51 சிவ. மாதவன், *கதைக்கலைஞர் பாரதியார்*, ப.17.

52 சுவாமி சித்பவானந்தர், *சகோதரி நிவேதிதை*, பக்.130–131.

என்பர். இம்மேற்கோள்வழி, சகோதரி நிவேதிதையிடம் பாரதி பெற்ற கருத்தியல் தாக்கம், அவரது பாட்டுத் திறத்தாலே வையம் பாலித்திடச் செய்யும் சிந்தனைகளுக்கு மூல விதைகளாக அமைந்ததைத் தெளியலாம். ‘சகோதரி நிவேதிதை’ மட்டுமல்லாமல், கி.பி. 17 ஆம் நூற்றாண்டின் பிற்பகுதியில் நெல்லை மாவட்டம் செங்கோட்டைப் பகுதியில் வாழ்ந்த இளம் விதவையும் அத்வைதியும் கவிஞருமான ‘ஆவுடையம்மாள்’ என்பவரின் கருத்தியலும் நெல்லைக்காரரான பாரதிமீது செல்வாக்குச் செலுத்தியுள்ளதாகச் சு. வேங்கடராமன் கருதுகிறார். இது குறித்து,

> “மகாகவி பாரதியாருக்கு அத்வைத வேதாந்த மரபு, சாதி வேறுபாடற்ற சமரசம், பெண் விடுதலை ஆகிய கருத்தாக்கங்களைத் தந்து புதுநெறி காட்டியவராக ஆவுடையம்மாள் விளங்குகிறார். ஆவுடையம்மாளின் பாடல்களிலிருந்து கருத்தாக்கம், இலக்கிய வகை, சொல்லாட்சி என்று அனைத்து நிலைகளிலும் பாரதி தாக்கம் பெற்றுள்ளார். அத்வைத வேதாந்தக் கருத்தாக்கம் ஆவுடையம்மாளிடமிருந்து, பாரதியிடம் படிந்துள்ளது. சாதி பேதங்கள் அற்ற, அனைவரும் சமம் என்ற சமரசப் பார்வையே தமிழ் அத்வைத மரபாக ஆவுடையம்மாளிடமும் பாரதியிடமும் காணப்படுகிறது... தமிழ் அத்வைத வேதாந்த மரபில் ஆவுடையம்மாள், பாரதிக்கு முன்னோடியும் முன்மாதிரியுமாவார்”[53]

என்பார் சு. வேங்கடராமன். ஆவுடையம்மாள் இயற்றிய பாடல்களைப் பாரதி படித்திருப்பதற்கும், அதனால் தாக்கம் பெற்றிருப்பதற்குமான போதிய சான்றாதாரங்களைச் சு. வேங்கடராமன் காட்டாதபோதிலும், இருவர்தம் படைப்புகளிலும் காணப்படும் சில கருத்தியல் ஒற்றுமைகளைக் கொண்டு ஆவுடையம்மாளைப் பாரதியின் முன்னோடியாகக் காட்ட முனைகிறார். இன்றைய நிலையில், மேலும் பலவாறு ஆராய்ந்து, முடிவு காணப்பட வேண்டிய கருதுகோளாக, இதனைக் கொள்ளலாம். எனினும், சித்தர்கள், ஆழ்வார்கள்,

---

53 சிற்பி பாலசுப்பிரமணியன் (பதி.), ஆய்வுக்கோவை (இக்கால இலக்கியம்), சு. வேங்கடராமன். *‘ஆவுடையம்மாள் – பாரதியின் முன்னோடி’*, பக்.142–143.

வள்ளலார், வேதநாயகர், வேதக் கவிஞர்கள், வால்ட் விட்மன், திலகர், நிவேதிதை, அரவிந்தர் எனக் கூறப்படும் பாரதிமீது வலுவான தாக்கம் செலுத்திய ஆளுமைகளுள் ஒருவராகத் தமிழ்நாட்டுப் பெண் கவிஞர் ஒருவரையும் சு. வேங்கடராமன் காட்டுவது குறிப்பிடத்தக்கதாகும்.

நோக்கம் எவ்வளவு உயரியதாக இருந்தபோதிலும், பெண்ணோடு சேர்ந்து ஆண் வாழாமையைப் பெரும்பாலும் பாரதி போற்றுவதில்லை. இது பற்றி, "இல்லற வாழ்க்கையின் மேன்மையை, தனி உயர்வை, விழுமிய நிலையை எக்காரணத்தைக் கொண்டும் விட்டுக் கொடுக்காத கொள்கையைக் கொண்டவர் பாரதியார்"[54]

என்பார் பெ.சு. மணி. எனினும், வீட்டுமன் மற்றும் விவேகாநந்தர் பெருமை பேசும் இடங்களில் அவர்களது பிரமசரிய வாழ்வைப் பாரதி சிறப்பித்துள்ளார்.

"ஆரியர்தம் தர்மநிலை ஆதரிப்பான் வீட்டுமனார்
நாரியர்தம் காதல் துறந்திருந்த நன்னாடு"
(லாஜ்பத்ராய் பிரலாபம், பாடல்: 12; ப.100)

என்றும்,

"பாபேந்திரியம் செறுத்த எங்கள் விவேகாநந்தப் பரமன்
ஞான ரூபேந்திரன்"
(பூபேந்திர விஜயம், பாடல்: 1; ப.101)

என்றும், பாரதி பாடியுள்ளார். இங்குப் 'பாபேந்திரியம்' என்ற சொல்லாட்சி கூர்ந்து நோக்கத்தக்கதாகும். மரபான ஆன்மிகவாதிகள் வழங்கும் பழம்பொருளில்தான் பாரதியும் 'பாபேந்திரியம்' என்று குறிப்பிட்டுள்ளார். எனினும், இவ்வாறு கருதுவது பாரதிக்கு இயல்பானதில்லை. ஏனெனில், விவேகாநந்தர் பற்றி எழுதிய கட்டுரை ஒன்றில்,

"ஸந்யாசத் துறையில் இறங்காமல் ஸ்வாமி விவேகாநந்தர் இல்லற வாழ்க்கையினைக் கைக்கொண்டிருப்பாராயின்,

54 பெ.சு. மணி, *பாரதியாரும் சமூக சீர்திருத்தமும்*, ப.125.

> மனுஷ்ய ஜாதியின் கலியை ஒரேயடியாக வேரறுத்துத் தள்ளியிருப்பாரென்று தோன்றுகிறது"[55]

என்று விவேகாநந்தரின் துறவறத்தைப் பெரிதாகக் கருதாது அவரை இல்லறத்தானாக்கிப் பார்க்கப் பாரதி துணிவதைக் காண்கிறோம். இவ்வாறு பெண்ணும் ஆணும் இணைந்து வாழும் மானுட வாழ்வின் இன்பத்தைப் போற்றித் துறவறத்தைக் கடிந்து பாரதி பேசுவதற்கு,

> "பாரதியாரின் தனிச்சிறப்பு அவர் கொண்டிருந்த மனித உணர்ச்சியேயாகும். மானிட சாதியின் மீது அவர் கொண்டிருந்த அளவு கடந்த அன்பே, இதற்குக் காரணமாகும்"[56]

எனலாம். செத்தபிறகு சிவலோகமும் வைகுந்தமும் பார்க்க விழையாது, இந்த உலகில் இருக்கும் இப்போதே இக்கணமே அமரவாழ்வு வாழத் துடித்தவர் பாரதி என்பதும், இங்குக் கருதத்தக்கதாகும். செந்தமிழ்நாட்டின் பெருமையைப் போற்றும்போது, 'தந்தையர் நாடு' என்ற சொல்லாட்சியைப் பாரதி பயன்படுத்தியிருந்தபோதிலும்,

> *"நல்ல காதல் புரியும் அரம்பையர் போல் இளம்*
> *கன்னியர் சூழ்ந்த தமிழ்நாடு"*
>
> *(செந்தமிழ்நாடு, பாடல்: 2; ப.110)*

என்று, காதல் புரியும் கன்னியர் வாழும் இடமாகத் தமிழ்நாட்டைப் போற்றியிருப்பதும் அறியத்தக்கதாகும். இன்பம் நுகரும் இகலோக வாழ்வைப் பாரதி கொண்டாடியமைக்கு, இவ்வடிகள் சான்றாகின்றன.

சோவியத் புரட்சி குறித்துப் 'புதிய ருஷியா' என்ற தலைப்பில் பாரதி பாடும்போது,

> *"மாகாளி பராசக்தி உருசிய நாட்டினிற்*
> *கடைக்கண் வைத்தாள் அங்கே*
> *ஆகாவென்று எழுந்ததுபார் யுகப்புரட்சி"*

---

55 நல்லி குப்புசாமி (தொகு), *தமிழ்நாட்டு மாதருக்கு* (பாரதியார்), ப.156.

56 ந. சுப்புரெட்டியார், *குயில்பாட்டு ஒரு மதிப்பீடு*, ப.49.

(புதிய ருஷியா, பாடல்: 1; ப.123)

என்று, ருஷ்யப் புரட்சிக்கு 'மாகாளி பராசக்தியின் கடைக்கண் பார்வையைக் காரணமாகக் காட்டியுள்ளார். மேலும் பாரதி,

"இம்என்றால் சிறைவாசம் ஏன்என்றால்
வனவாசம் இவ்வாறு அங்கே
செம்மையெலாம் பாழாகிக் கொடுமையே
அறமாகித் தீர்ந்த போதில்
அம்மை மனம் கனிந்திட்டாள் அடி பரவி
உண்மை சொலும் அடியார் தம்மை
முன்மையிலும் காத்திடும் நல்விழியாலே
நோக்கினாள் முடிந்தான் காலன்"

(புதிய ருஷியா, பாடல்: 4; ப.124)

என்று, மாகாளியின் மனம் கனிந்தமையால்தான் ருஷ்யப் புரட்சி எழுந்ததாகவும் பாடியுள்ளார். இது பற்றி,

"'பராசக்தி', 'அம்மை மனங்கனிந்திட்டாள்' என்பது போன்ற வரிகள் வருவதாலேயே, இதன் புரட்சிகரத்தன்மை பழுதுபட்டுவிட்டதாகக் கூறிவிட முடியாது. இங்கே புரட்சியை நடத்திய மக்களே 'அம்மையாக' உருவகப் படுத்தப்படுகின்றனர் எனக் கொள்ள வேண்டும். உலகில் பெரும் மாற்றங்கள் பராசக்தியால்தான் நிகழும் எனப் பாரதி நம்பியிருந்ததும் உண்மை. எனவே இதில் நின்றுகொண்டே யுகப் புரட்சியை வரவேற்றுள்ளார் எனக் கொள்ளுதலே சரியாகும்.[57]

என்பார் தா. பாண்டியன். இங்குப் பெண்மையை வீரப் பெண்மையாகப் பாரதி படைத்துக் காட்டுவதிலிருந்து, அடங்கிப் போகும் அடிமையாக அல்லாமல் பொங்கியெழும் புதுமையாகப் பெண்ணைப் பாரதி கொண்டாடுவது அறியத்தக்கதாகும். இவ்வாறு பாரத மாதா, பராசக்தி என்று தேசம் மற்றும் சர்வதேச அரசியலை ஆன்மீகத்துடன் இணைத்துப் பாரதி பாடுவதற்கு,

"அந்நியரான வெள்ளையர்க்கு அடிமைப்பட்டிருக்கும் எதார்த்த நிலையை ஈடுகட்டும் விதமாகவும், சகமனிதரிடம்

57 தா. பாண்டியன், *பாரதியும் யுகப்புரட்சியும்*, ப.56.

விழிப்பினை ஏற்படுத்தும் விதமாகவும் பாரதியார் உள்ளிட்ட இந்து அறிவாளர்கள், பூர்வகால பாரததேச மன்னர்கள், ரிஷிகள், இதிகாச நாயகர்கள், வீரர்கள், சரித்திர மற்றும் அவதார புருஷர்கள், பதிவிரதைகள் ஆகியோரைக் கொண்ட ஒரு வைதீகப் பொற்காலம் பற்றிய தொன்மத்தை உருவாக்கினார்கள்... இந்த வைதீகத் தொன்மத்தை உருவாக்கியதில் சாக்த மதத்தின் சக்தி தத்துவமும், சக்தி வழிபாடும் முக்கியப் பங்காற்றின. இதில் பாரதியாருக்கும் முக்கியப் பங்குஉண்டு ... இந்திய தேசம் என்ற ஓர் இலட்சியத்தைப் பாரத மாதா, பராசக்தி என்று வைதீகப் புனிதம் பூசிக் கொண்டாடும் வேகம் பாரதியாருக்கு உண்டானது"[58]

எனக் காரணம் கற்பிப்பர். இவ்வாறு வைதீகப் புனிதத்துடன் தம் பாடல்களைப் பாரதி பாடியபோதிலும், 'சோவியத் புரட்சி' குறித்துப் பாடிய ஒரே இந்தியக் கவிஞர் பாரதிதான் என்பது, இங்குக் கருதத்தக்கதாகும்.[59] அதாவது, வைதீகக் கருத்தைப் புரட்சிகரமான சமுதாய மாற்றத்துக்கான சொல்லாடலாக மாற்றும் அரிய சாதனையைப் பாரதி எளிதாகச் செய்தார் எனலாம். இவ்வகையில், வைதீகப் புனிதம் பேசிய பிற இந்து அறிவாளர்களிடமிருந்து, குறிப்பிடத்தக்க விதத்தில் பாரதி வேறுபட்டிருந்தது வெளிப்படையாகும்.

'பிஜித் தீவிலே ஹிந்து ஸ்திரீகள்' என்ற பாடலில், ஒப்பந்தக் கூலி முறையின் கீழ்ப் பிஜித் தீவுக்குக் கரும்புத் தோட்டத்தில் வேலை செய்யச் சென்ற தமிழ்ப் பெண்களின் துயரத்தைப் பற்றிப் பாரதி பாடியுள்ளார். பின்வரும் அப்பாடல், கண்ணீர் ஓவியமாய்க் காட்சியளிக்கிறது. இப்பாடல்வழி, தமிழ்நாட்டுக்கு வெளியே வாழும் புலம் பெயர்ந்த தமிழர் பற்றிப் பாடிய முதல் தமிழ்க் கவிஞராகப் பாரதியைக் கருதலாம் என்பார் ம.பொ. சிவஞானம்.[60] இப்பாடலைத் தமிழ்ப் பெண்கள்

58 மு. சாயபு மரைக்காயர் (தொகு), *பாரதியார் ஆய்வுக்கோவை*, க. பரிமளம், '*பாரதியின் பாரதமாதா*', பக்.377–376.

59 Evgeny Petrovich Chelisher, *The poetry of Subramania Bharathi a Manifestation of tendencies in the development of Indian Literature*, P.14.

60 ம.பொ. சிவஞானம், *பாரதியார் பற்றி ம.பொ.சி. பேருரை*, ப.33.

வேற்று நாடுகளில் படும் தொல்லைகளின் விம்மல் ஒலியாகக் குறியீட்டுப் பொருளில் கருதுவாருமுளர்.[61]

“கரும்புத் தோட்டத்திலே ஆ!
கரும்புத் தோட்டத்திலே
கரும்புத் தோட்டத்திலே - அவர்
கால்களும் கைகளும் சோர்ந்து விழும்படி
வருந்துகின்றனரே - ஹிந்து
மாதர்தம் நெஞ்சு கொதித்துக் கொதித்து மெய்
சுருங்குகின்றனரே - அவர்
துன்பத்தை நீக்க வழியில்லையோ ஒரு
மருந்து இதற்கிலையோ - செக்கு
மாடுகள் போல் உழைத்து ஏங்குகின்றார் அந்தக்
(கரும்புத் தோட்டத்திலே)

பெண்ணென்று சொல்லிடிலோ - ஒரு
பேயும் இரங்கும் என்பார் தெய்வமே - நினது
எண்ணம் இரங்காதோ - அந்த
ஏழைகள் அங்குச் சொரியும் கண்ணீர் வெறும்
மண்ணில் கலந்திடுமோ - தெற்கு
மாகடலுக்கு நடுவினிலே அங்கோர்
கண்ணற்ற தீவினிலே - தனிக்
காட்டினில் பெண்கள் புழுங்குகின்றார் அந்தக்
(கரும்புத் தோட்டத்திலே)

நாட்டை நினைப்பாரோ - எந்த
நாள் இனிப் போய் அதைக் காண்பது என்றே அன்னை
வீட்டை நினைப்பாரோ - அவர்
விம்மி விம்மி விம்மி விம்மி அழும் குரல்
கேட்டிருப்பாய் காற்றே - துன்பக்
கேணியிலே எங்கள் பெண்கள் அழுத சொல்
மீட்டும் உரையாயோ - அவர்
விம்மி அழவும் திறங்கெட்டுப் போயினர்
(கரும்புத் தோட்டத்திலே)

---

61 குமரி அனந்தன் (தொகு), *சிந்தனைப் பண்ணையில் பாரதி*, (தொகுதி 2). பாரதிப் பித்தன், *‘பாரதியின் சொல்லாட்சி’*, ப.155.

நெஞ்சம் குமுறுகிறார் - கற்பு
நீங்கிடச் செய்யும் கொடுமையிலே அந்தப்
பஞ்சை மகளிரெல்லாம் - துன்பப்
பட்டு மடிந்து மடிந்து மடிந்தொரு
தஞ்சமும் இல்லாதே - அவர்
சாகும் வழக்கத்தினை இந்தக் கணத்தினில்
மிஞ்ச விடலாமோ? - ஹே!
வீரகாளி சாமுண்டிகாளி"

(கரும்புத் தோட்டத்திலே)

பிஜித் தீவிலே ஹிந்து ஸ்த்ரீகள், பாடல்: 15; பக்.125-127

வீட்டையும் நாட்டையும் பிரிந்து கடுமையாக உழைக்கும் பெண்கள் பற்றியும், அவர்களது துயரங்கள் குறித்தும் பாரதி எழுதியுள்ள இப்பாடலுக்கான மூல ஊற்று, சி.எஃப். ஆண்ட்ரூஸ் என்பவர், ஆங்கிலத்தில் எழுதிய '*Indian Women in Figi*' என்ற கவிதையாகும். இது பற்றி,

> "சாந்தி நிகேதனைச் சேர்ந்த சி.எஃப். ஆண்ட்ரூஸ் '*மார்டன் ரெவியூ*' ஆங்கிலப் பத்திரிகையில் பிஜி இந்தியத் தாய்மார்களின் துயரநிலை பற்றி ஓர் ஆங்கிலக் கவிதை எழுதியிருந்தார். அதனைப் படித்த மகாகவி, அப்பாடலை உணர்ச்சிததும்ப மொழிபெயர்த்துத் தமிழில் வெளியிட்டார்"[62] என்பார் இரா. சுப்பராயலு.

அண்மையில் வெளிவந்துள்ள சீனி.விசுவநாதனின் காலவரிசைப்படுத்தப்பட்ட பாரதி படைப்புகள் ஒன்பதாம் தொகுதி நூலில், 12.03.1917 சுதேசமித்திரன் நாளிதழில் வெளியான இப்பாடலின் மூலவடிவப் பிரதி தரப்பட்டுள்ளது.

> "இங்கிலீஷ்ல் ஆந்துரூஸ் எழுதியதைச் சி. சுப்பிரமணிய பாரதி தமிழில் விளக்கியது"[63]

எனப் பாரதியே பாடலுக்குக் குறிப்பெழுதியுள்ளதையும் சீனி. விசுவநாதன் எடுத்துக் காட்டியுள்ளார். மேலும், சுதேசமித்திரனில் வெளியானபோது, 'பிஜித் தீவிலே கரும்புத் தோட்டங்களில் ஹிந்து

62 சீனி.விசுவநாதன் (பதி.), மு.சு.நூ.

63 சீனி.விசுவநாதன் (பதி.) மு.சு.நூ., ப.94.

ஸ்த்ரீகள்' என்ற தலைப்பே இப்பாடலுக்குத் தரப்பட்டிருந்ததையும் சீனி.விசுவநாதன் ஆராய்ந்து வெளிப்படுத்தியுள்ளார்.

பொதுநிலையில் மனித உரிமைக்கும் சிறப்பு நிலையில் பெண்ணுரிமைக்கும் குரல் கொடுத்த கவிஞனாகப் பாரதியை அடையாளப்படுத்தும் பாடல்களுள் தலைசிறந்ததாகப் 'பிஜித் தீவிலே ஹிந்து ஸ்திரீகள்' பாடல் கருதப்படுகிறது. இப்பாடலில், 'பெண்ணென்று சொல்லிடிலோ ஒரு பேயும் இரங்கும் என்பார், தெய்வமே நினது எண்ணம் இரங்காதோ' என்றும், 'துன்பக்கேணியில் எங்கள் பெண்கள் அழுத சொல்' என்றும், 'ஹே வீர காளி சாமுண்டி காளி' என்றும் பாரதி பயன்படுத்தும் தொடர்கள், மொழி பெயர்ப்பு என்பதையும் மீறி அவரது தனி முத்திரையை வெளிப்படுத்துவனவாகும். இப்பாடலில் வெளிப்படும் பாரதியின் கருத்தியல் குறித்து,

> "பெண்ணாக வந்ததொரு மாயப் பிசாசம்' என்று பாடியும், 'பெண்களைக் கண்ணெடுத்துப் பார்ப்பதே கேவலம்' என்ற ஆஷாடபூதி வேடமிட்டும், அந்தப் பெண் வெறுப்புக் குணத்தினாலேயே பிறர் தங்களை மதிக்கும்படி செய்துகொண்டு வந்த நிலையை மாற்றிப் பெண்களின் துன்பத்துக்காகக் கண்ணீர் சிந்தும் ஒரு புதுயுகக் கவிஞனை இந்தப் பாடலில் பார்க்கிறோம். இதைச் சீர்திருத்த நோக்கம் என்று பாராட்டத்தானே வேண்டும்?"[64]

என நா. பார்த்தசாரதி கூறுவது சிந்திக்கத்தக்கதாகும். இப்பாடலில் வரும் 'பெண்ணென்று சொல்லிடிலோ ஒரு பேயும் இரங்கும்' என்ற பாரதியின் வரியைப் பற்றி,

> "இரக்கப்படுவது என்பது சிறியார் மாட்டுச் செலுத்துவ தாகும். பாரதி அவரையும் மீறி அடிமன வெளிப்பாடாகப் பெண்ணடிமைக்குக் கோடிட்டுக் காட்டுவதையே மேற்கண்ட பாடல்வரிகள் காட்டுகின்றன"[65]

---

64 சீனி.விசுவநாதன் (தொகு) *தமிழகம் தந்த மகாகவி*, நா. பார்த்தசாரதி மு.சு.க. ப.113.

65 சொ. ஏழுமலய், *பாரதியின் தமிழியம்*, ப.206.

என்று விமர்சிப்பர். இதேபோல் இப்பாடலில் வெளிப்படும் 'கற்பு நீங்கிடச் செய்யும் கொடுமை' என்ற தொடரும், பெண்ணிய நோக்கில் விமர்சனத்துக்குரியதேயாகும்.

கற்பு பறிபோவதால் துன்பப்பட்டுப் பெண்கள் மடிவதாக அதாவது கற்பு போனபிறகு ஆதரவற்று வாழ விரும்பாத தமிழ்ப் பெண்மையின் இரங்கத்தக்க நிலைமையைப் பாரதி காட்டுகிறார். இங்குக் கற்பு போனபின் உயிர் வாழாமை என்ற தமிழ்ப் பண்பாட்டின் மரபான விழுமியத்தைப் பாரதி பதிவு செய்வதாகக் கருதக்கூடாது; மாறாக இவ்வாறு தமிழ்ப் பெண்கள் சாவதைப் பார்த்துக்கொண்டு செயலற்று நாம் நிற்கலாமா என்பதுதான் பாரதியின் கேள்வியாகும். எனினும், 'கற்பு நீங்கிடச் செய்யும் கொடுமை' என்று பாரதி எழுதும்போது, அங்குக் கற்பு என்ற சொல்லுக்குப் பெண்ணின் உடல் சார்ந்த பொருளே வருகிறது. வன்முறைக்கு அவள் இரையாகும்போது, அவளது உள்ளத்தில் அச்செயல்மீது கடும் எதிர்ப்பு உள்ளபோது, 'கற்பு' மற்றும் 'கற்பு நீங்கச் செய்தல்' போன்ற சொற்களெல்லாம் பெண்மைக்கு நியாயம் செய்பவையா என்பது ஒரு தற்கால வினாவாகும். இதைப் பாரதி அன்று அறிந்திருக்கவில்லை எனலாம்.

இன்றைய பெண்ணியம், 'கற்பழிப்பு' என்ற சொல்லைக்கூட ஏற்பதில்லை. பாலியல் வன்முறை அல்லது வன்பாலுறவு என்ற சொற்களால் கற்பழிப்பைச் சுட்டுவதையே அது வேண்டுகிறது. இவ்வாறு அடக்குமுறையின் ஒரு வடிவமாகக் கற்பழிப்பைக் கருதுவது பற்றி,

> "பெண்ணியம், 'கற்பழிப்பு' என்ற சொல்லையே வினாவிற் குரியதாக்குகின்றது. ஒரு பெண்ணின் சம்மதமில்லாமல் அவள் உடல் தூய்மை பறிக்கப்படும்போது, அவள் மனத்தில் பேணும் கற்பு அழிந்துவிடவில்லை. எனவே, அவளைக் 'கற்பிழந்தவள்' என எடை போடுவது சரியாகாது; முறையாகாது என்கிறது பெண்ணியம்"[66]

என்பார் இரா. பிரேமா. இவ்வகையில், 'கற்பு' குறித்த இக்காலக் கருத்தியலைப் பாரதி அறிந்திராதபோதிலும், 'கற்பு' என்ற சொல் பற்றிப் பாரதி ஆழ்ந்து சிந்தித்துள்ளார். அதனால்தான் ஆணுக்கும்

---

66   இரா. பிரேமா, *பெண்ணியம் அணுகுமுறைகள்*, பக்.74.

பெண்ணுக்கும் உரியதாகப் பொதுநிலையில் வைத்துக் கற்பைப் பாரதி பேசுகிறார்.

'கரும்புத் தோட்டத்திலே' பாடலைப் பாரதியே ஆங்கிலத்தில் மொழிபெயர்த்துள்ளார். அம்மொழிபெயர்ப்பில் 'கற்பு நிலை' என்ற சொல்லைப் பெரும்பாலோர் செய்வது போல் 'Chastity' என்றோ, 'Conjugal fidelity' என்றோ பாரதி பெயர்க்கவில்லை. மாறாகப் புதுமை மணம் தவழும் 'Wedded Faith' என்ற சொல்லையே பயன்படுத்தியுள்ளார்.[67] இங்குக் கற்பு என்பதை உடலுடன் தொடர்புடைய மரபான பழந்தமிழ்ச் சொல் என்ற நிலையிலிருந்து விடுபட்ட முறையில், 'மணவாழ்வு நம்பிக்கை' என்பதாக மேல் நாட்டாருக்கும் பொருள் எளிதில் விளங்கும் வகையில் பாரதி கையாண்டுள்ளது கருதத்தக்கதாகும்.

ஆணும் பெண்ணும் இணைந்து நடத்தும் குடும்ப வாழ்வில், பொருள் ஈட்டிப் பெண்ணைக் காப்பவனாக ஆணையும், ஆணின் மனம் கோணாமல் நடந்து அவனைப் பேணுபவளாகப் பெண்ணையும் பாரதி படைத்துள்ளார். இது குறித்து,

> "பாரதியின் புதுமைப்பெண் ஓர் அடங்காப் பிடாரியல்ல.
> கணவனுக்குக் கைகொடுத்துப் புதிய உலகைத்
> தோற்றுவிக்கும் விருப்பமுடையவள் அவள்"[68]

என்பார் பிரேமா நந்தகுமார். இக்கருத்தில் வெளிப்படும் 'அடங்காப்பிடாரி' என்ற சொல், பெண் விடுதலை பேசுவோரைக் குறிப்பாகக் கேலி செய்வதாகும். இது பாரதிக்கு உடன்பாடானதாக இருக்கவியலாத போதிலும், ஆணின் முதன்மைக்குச் சிறப்புச் சேர்ப்பவளாகப் பெண்ணைப் பாரதி காண்பதை மறுப்பதற்கில்லை. பிரெஞ்சு தேசிய கீதத்தை மொழிபெயர்த்து எழுதும்போது, முதல் மொழிபெயர்ப்பில்,

> "வீறிடும் அரக்கப் படைகள்
> அணுகி நம் மடிகளிலேயே
> நம் மக்கள் பெண்டிரைக் கொல்லத் துணிவார்"
> (பிரெஞ்சு தேசிய கீதம், அடி: 68; ப.127)

---

67 வீ.சு. இராமலிங்கம் (தொகு.) பன்னிருவர் பார்வையில் பாரதி, ப.134.
68 பிரேமா நந்தகுமார், சுப்பிரமணிய பாரதி, ப.113.

என்றும், முதல் மொழிபெயர்ப்பை மேலும் செம்மைப்படுத்தி எழுதிய இரண்டாம் மொழிபெயர்ப்பில்,

> "கேளீர்! தொலை கிராமங்களிலே
> உறுமும் படையாட்கள் ஒலியை
> நம்மை அணுகி நம் தோள் காக்கும்
> மக்கள் மனையார் கொல்லத் துணிவர்" (ப.128)

என்றும் பாரதி எழுதியுள்ளார். இங்குக் குடும்ப அமைப்பின் தூண்களாய்த் திகழும் பெண்கள், ஆண்களால் காக்கப்பட வேண்டியவர்கள் என்ற பார்வை பாரதியிடமுள்ளதைத் தெளியலாம். போரின் கொடுமைகளுள் பெரியதொரு தீமையாகக் குடும்பத்தின் அழிவைப் பாரதி கருதுவதையும், இம்மொழிபெயர்ப்பு அடிகளால் அறியலாம்.

'பெல்ஜியம் நாட்டிற்கு வாழ்த்து' என்ற கவிதையில், 'முறத்தினால் புலியைத் தாக்கும் குறப் பெண்' என்ற பழந்தமிழர் இலக்கியத்தில் காணப்படும் அரிய உவமை ஒன்றைப் பாரதி எடுத்தாண்டுள்ளார்.

> "முறத்தினால் புலியைத் தாக்கும் மொய்வரைக் குறப் பெண் போல
> திறத்தினால் எளியை ஆகிச் செய்கையால் உயர்ந்து நின்றாய்"
> (பெல்ஜியம் நாட்டிற்கு வாழ்த்து, பாடல்: 1; ப.121)

என்று, முறத்தினால் புலியை விரட்டிய சங்ககாலப் பெண்ணின் வீரத்தைப் போரில் தோற்றாலும் வீரச்செய்கையால் உயர்ந்து நின்ற பெல்ஜியத்தோடு பாரதி ஒப்பிட்டுள்ளார். இங்குக் குறப் பெண்ணின் வீரத்தை முன்மாதிரியாகப் பாரதி காட்டுவது குறிப்பிடத்தக்கதாகும். இது பற்றி,

> "பகுத்தறிவை முக்கியமாக உபயோகிக்கும் மனிதன், குறத்தி உவமையால் வீரத்தின் பெருமை குறைந்துவிடும் என்று நினைப்பான். கவிஞனோ குறப் பெண்ணின் இயற்கை தைரியத்தின் உவமையினால் வீரத்தின் மகிமையை உயர்த்தியதுமன்றி, கேவலம் என்று சாதாரண மனிதனால் இழிவாக நினைக்கப்படும் குறப் பெண்ணின் செயலையும் ஒரு மகத்தான எல்லையற்ற பேரழகுள்ள விஷயமாக

மனோ தர்மத்தின் மூலம் கவிதா ஒளியில் காண்பிக்கிறான். இந்தச் சக்தி மிகச்சிறந்த கவிஞர்களுக்குத்தான் உண்டு"[69]

என நுட்பமாக விளக்குவர். பெரும்பாலும் பாரதி, 'இந்து' உயர் நடுத்தர வர்க்கப் பெண்களின் விடுதலையையே பேசியதாகச் சில ஆய்வாளர்கள் கருதுகின்றனர். இந்தக் கருத்தில் உண்மையில்லை என்று மறுக்கவியலாதபோதிலும், இக்கருத்தே முழுவதுமாக உண்மையன்று. இது ஒரு பகுதி உண்மையேயாகும். இதற்குச் சான்றாகக் குறப் பெண்ணின் வீரத்தைப் பாரதி மேற்காட்டியவாறு முன்னிறுத்துவதைக் குறிப்பிடலாம்.

"ஹிந்து மேற்தட்டுச் சாதிய அடையாளங்களுடன் கூடிய நடுத்தர வர்க்கத்துப் பெண்ணே அவர் முன்வைத்த புதுமைப் பெண்ணின் லட்சிய மாதிரி"[70]

என்று அ. மார்க்ஸும்,

"பாரதி வீராவேசமாகப் பெண்ணடிமைத்தனத்தை எதிர்க்கிறார் என்பது தெளிவாகத் தெரிகிறது. ஆனால் அதில் இந்துப் பெண்களுக்கான விடுதலையே முக்கியமாகக் கருதப்பட்டதாகத் தெரிகிறது... கலப்பற்ற இந்துத் தூய்மைக்கு உள்ளிருந்துதான் பெண் விடுதலையைப் பாரதி பேசுகிறார் என்பது மறைக்கவியலாத உண்மையாகிறது... பாரதி பேசியது உத்வேகமிக்க தூய இந்துப் பெண் விடுதலை எனலாம்"[71]

எனப் பு. ஜார்ஜும், இந்துத்துவப் பெண் விடுதலையைப் பேசியவராகப் பாரதியைக் குறுக்குகின்றனர். இதற்கு மாறாகக் குறப் பெண்ணின் வீரத்தைப் புகழ்பவராகவும், 'கறுத்த மாரி'யின் பக்தராகவும், விடுதலை முத்தம்மாவின் கதை பேசுபவராகவும், வீரம்மையைக் குலதெய்வமாகக் காட்டுபவராகவும் பாரதி படைப்பில் தொழிற்படுகிறார். குழந்தை மணம், கைம்மைக் கொடுமை, பலதார மணம், உடன்கட்டை ஏறல் போன்ற

---

69 கு.ப. ராஜகோபாலன் – பெ.கோ. சுந்தரராஜன், கண்ணன் என் கவி, ப.167.

70 அ. மார்க்ஸ், 'பாரதியின் புதுமைப்பெண்: ஒரு மறுபார்வை'. *தீராநதி*, செப்டம்பர் 2005 ப.34.

71 பு. ஜார்ஜ், *புதிய கோடாங்கி*, ஆகஸ்ட் 2004, ப.39.

பல பிற்போக்குக் கருத்துகள், இந்துமத அங்கீகாரத்துடன் நிகழ்ந்தவையே. கலப்பற்ற இந்துத் தூய்மைக்குள்ளிருந்து பெண் விடுதலையைப் பாரதி பேசியிருந்தால், இவற்றையெல்லாம் அவர் மறுதலித்திருக்கவியலாது என்பது வெளிப்படையாகும்.

மேலும், அடித்தட்டுப் பெண் சார்ந்த பரிவும், அவர்களது வாழ்வு குறித்த புரிதலும் பாரதியிடம் இருந்ததும் அறியத்தக்கதாகும். இது தொடர்பாகக் க. கைலாசபதி காட்டும் பின்வரும் நிகழ்வு குறிப்பிடத்தக்கதாகும்.

> "புதுவை அலுத்துப்போய்த் திடீரெனப் பிரிட்டிஷ் இந்தியாவுக்கு மாறுவேடத்தில் போன சமயம், ரெயிலில் பிச்சைக்காரப் பெண்ணொருத்தி பாடிய ஹிந்துஸ்தானிப் பாடலின் மெட்டில் 'பாருக்குள்ளே நல்ல நாடு' என்ற கீதத்தைக் கவனஞ் செய்தாராம்"[72]

என க. கைலாசபதி கூறுவதிலிருந்து, பிச்சைக்காரப் பெண்ணின் பாடலிலிருந்தும், தமது கவிதைக்கான வடிவத்தைப் பாரதி எடுத்துக்கொள்ளத் தயங்காததைக் காண்கிறோம். மேலும்,

> "ஸ்ரீ பாரதியாருக்குச் சங்கீதக் கச்சேரிகளைக் காட்டிலும் பாம்பாட்டி, வண்ணான், நெல் குற்றும் பெண்கள், செம்படவர்கள், உழவர்கள் இவர்களுடைய நாடோடிப் பாட்டுகள் என்றால் மிகவும் இஷ்டம்"[73]

எனப் பாரதிக்குப் பொதுமக்கள் பாடல்களில் இருந்த ஈடுபாடு குறித்து யதுகிரியம்மாள் கூறுவதும் அறியத்தக்கதாகும். "'*மிளகாய்ப்பழச் சாமியார்*' என்ற சிறுகதையில், நெசவுத் தொழிலாளர் வணங்கும் தெய்வமாகப் பெண் விடுதலை பேசும் விதவைச் சாமியார் ஒருத்தியைப் பாரதி காட்டுகிறார்?"[74] இப்பெண் சாமியார் மேல்தட்டுப் பெண்ணல்ல என்பதும், அமங்கலமாக இந்துமதம் கருதும் விதவையை மங்கலமாக்கிப்

---

72 க. கைலாசபதி, *பாரதி ஆய்வுகள்* (2002), ப.41.

73 யதுகிரி அம்மாள், *பாரதி நினைவுகள்*, ப.1.

74 எஸ். விஜயபாரதி – பிகே. சுந்தரராஜன் (பதி.) *பாரதி கருத்தரங்கக் கட்டுரைகள்*, அ.கா. அழகர்சாமி *'பாரதியின் சிறுகதைகளில் சாமியார்கள்'*, ப.91.

பிறர் வணங்கும் மானுடப்பெண் தெய்வமாகப் பாரதி கொண்டாடுவதும் குறிப்பிடத்தக்கதாகும்.

55 வயது முதியவரான கணவருடன் வாழப் பிடிக்காமல் வெளியேறி வரும் பிராமண இளம்பெண் காந்தாமணி, தன் குழந்தைப் பருவக் காதலனான மலையாளத் தோழனைச் சந்தித்து, அவனுடன் வெளியூருக்கு ஓடிச்சென்று, கிறித்தவக் கோயிலில் மறுமணம் செய்து கொள்வதாகப் பாரதி எழுதுகிறார்.[75] இங்குப் பாரதி மொழி, இனம், சாதி, மதம் ஆகியவற்றைக் கடந்த மணத்தின்வழி புரட்சிகரமான பெண்விடுதலைக்குக் குரல் கொடுப்பது கருதுதற்குரியதாகும். இவ்வாறு பெண் விடுதலையைத் தம் படைப்புகளில் பேசுவதுடன் மட்டும் நின்றுவிடாமல், தம் சொந்த வாழ்விலும் பேச முனைந்த துணிச்சல் பாரதிக்குரியதாகும்.

"காதல் மணம்தான் சிறந்தது. நான் என் பெண்ணை யாரையும் கல்யாணம் செய்து கொள்ளும்படி வற்புறுத்த மாட்டேன். அவளே வரன் பார்த்துக்கொள்ள வேண்டும்!"[76]

எனத் தம் மகள் தங்கம்மாள் பாரதியிடம் பாரதி கூறியதையும், அதுவும் தாழ்ந்த சாதியானாகக் கூறப்படும் ஒருவனைத் தம் மகள் மணந்துகொள்ள வேண்டுமென அவர் எதிர்பார்த்ததாகப் பாரதிதாசன் கூறுவதையும்[77] அறியநேரும்போது, கலப்பு மணத்தை ஆதரிக்கும் பாரதி, தூய இந்துப் பெண் விடுதலையை மட்டும் பேசமுடியாது என்ற தெளிவை நாம் பெறவியலும். இது குறித்து,

"சாதி மத வெறிகள் பேய்க் கோலமிட்டு அலைந்த இந்நூற்றாண்டின் முற்பகுதியில், கலப்பு மணமுறையை ஒரு பார்ப்பனர் வரவேற்றிருப்பது நினைத்துப் பார்க்கமுடியாத வியப்பாகிறது"[78]

---

75 பெ. தூரன் (தொகு.), *பாரதி தமிழ் வசனத்திரட்டு*, பக்.515.

76 தங்கம்மாள் பாதி, *பிள்ளைப் பிராயத்திலே*, ம.51.

77 ச.சு. இளங்கோ, *பாரதிதாசன் பார்வையில் பாரதி*, ப.143.

78 மேலது, பக்.144-145.

எனப் பாரதிதாசன் ஆய்வாளர் ச.சு. இளங்கோ கூறும் கருத்து ஆராயத்தக்கதாகும். 'கனவு' என்ற தலைப்பில் பாரதி எழுதியுள்ள சுயசரிதையிலும், 'சின்ன சங்கரன் கதை' என்ற பெயரில் படைத்துள்ள தன் வரலாற்றுக் கதையிலும், பாரதிக்கு மேல்தட்டுச் சாதி அல்லாத ஒடுக்கப்பட்ட சாதிப் பெண்ணொருத்தியிடம் இளம்பருவக் காதல் இருந்திருப்பதற்கான தெளிவற்ற சில தடயங்களைக் காண்கிறோம். சுயசரிதையில் 'தெய்வ தினங்கள்' எனப் பாரதி சுட்டும் நாட்கள், சின்னசங்கரன் கதையில் வரும் 'இருளாயி'யுடன் பாரதி காதல் கொண்ட தினங்களே எனத் துணியலாம். சுயசரிதையில் பாரதி விவரிக்கும் காதலைக் கலைமகள் மீது பாரதி கொண்ட காதலாக மயங்குவது கூடாது என்றும், அது பாரதியின் இளம்பருவக் காதலேயாகும்"[79] என்றும் சகுந்தலா பாரதி குறிப்பிட்டுள்ளதும் நோக்கத்தக்கதாகும். இது குறித்து,

"பாரதியின் வாழ்வில் பல்வேறு துன்ப நிகழ்ச்சிகளின் இடையீடுகளும், காதல் தோல்விகளும் இடம் பெற்றிருக்க வேண்டும் என்று கருதுவதற்குப் பல வாய்ப்புக்கள் உள்ளன. எனினும், பாரதியின் வாழ்க்கை வரலாற்றாசிரியர்கள் இவை பற்றி எந்தக் குறிப்பையும் தரவில்லை"[80]

என்பார் கருத்தும் ஆராயத்தக்கதாகும். எனவே, சுயசரிதையையும் சின்னசங்கரன் கதையையும் ஆதாரமாகக் கொண்டு, இந்து மேற்தட்டுச் சாதிய அடையாளங்களுடன் கூடிய தூய இந்துப் பெண் விடுதலையையே பேசியவராகக் குறை காணப்படும் பாரதி, தம் இளம் பருவத்தில் பிராமணப் பெண்ணல்லாத இடைநிலைச்சாதிப் பெண்ணொருத்தியிடம் காதல் கொண்டிருந்தார் எனத் துணியலாம்.

சீர்திருத்த நோக்குடன் இந்து சமயக் கருத்துகள் பலவற்றைத் தம் படைப்புகளில் பெருமளவில் பாரதி பேசியுள்ளபோதிலும், பாரதியைத் தீவிர இந்துத்துவவாதியாகக் காண்பதற்கில்லை. பாரதியைத் தூய இந்துவாகக் கண்டு விமர்சிப்பதில், அவனது முற்போக்கான பல்வேறு கருத்துநிலைகளைப் பிழைபடப் புரிந்துகொள்ளல் நேர்கிறது. இது குறித்து,

---

79 சகுந்தலா பாரதி, பாரதி என் தந்தை, ப.64.

80 ஜி. ஜான்சாமுவேல், ஷெல்லியும் பாரதியும் – ஒரு புதிய பார்வை, ப.357.

"பாரதி இந்திய தேசத்தின் அடையாளங்களை உருவாக்குகின்ற போதும், கட்டமைக்கின்றபோதும், மீட்டுருவாக்கம் செய்கின்ற போதும் ஓர் இனம், ஒரு மதம், ஒரு மொழி என்ற ஒற்றை அடையாளத்தைப் பேணவில்லை. பல வண்ணங்கள் கொண்ட வானவில்லைப் போன்று, பன்மை அடையாளங்களையே பேணுகின்றான்"[81]

என்பார் கருத்து கொள்ளத்தக்கதாகும். இப்பின்னணியில், இந்துவான பாரதி, தம் வாழ்நாளின் கடைசி ஆண்டுகளில், கிறித்தவரின் விவிலியம் மற்றும் இஸ்லாமியரின் திருக்குரான் ஆகிய புனித நூல்களை மொழிபெயர்க்கும் முயற்சியில் ஈடுபட்டிருந்ததாகக் கூறப்படுவதும், பாரதியை முழுமையாகப் புரிந்துகொள்ளப் பயன்படுவதாகும்.[82] இவ்வாறு தேசியத்தில் பன்மை அடையாளங்களைப் பாரதி பேணுவது போலவே, பெண் விடுதலையிலும் குறிப்பிட்ட வர்க்கப் பெண்களுக்காக அல்லாமல், பெண் குலம் முழுமைக்குமான விடுதலையையே பேசுவதாகத் துணியலாம். பாரதியின் பெண் விடுதலைச் சிந்தனைகளில் காணப்படும் ஆண்மனப்போக்கை விமர்சிப்பதற்கும், மேல்தட்டு வர்க்கம் சார்ந்த பெண் விடுதலையையே பாரதி பேசினான் என்று விமர்சிப்பதற்குமான இடைவெளிகள், இங்குக் கூர்ந்து நோக்கத்தக்கவையாகும்.

இந்து நடுத்தர வர்க்கத்துப் பெண்ணைப் பாரதி பாடவில்லை எனக் கூறவியலாது. ஆனால், அவள் மட்டுமே பாரதியின் பாடுபொருள் அன்று. இந்து நடுத்தர வர்க்கப் பெண்ணே பாரதி முன்வைத்த புதுமைப்பெண்ணின் முன்மாதிரி என்று 2005 இல் வாதிடும் அ. மார்க்ஸ், 1982 இல் பின்வருமாறு எழுதியுள்ளது, இங்குக் குறிப்பிடத்தக்கதாகும்.

"ஒரு கவிஞனின் இலக்கியக் கொள்கையை மதிப்பிட்டுப் பார்ப்பதற்கு அவன் தோன்றிய சமுதாயத்தில் காலங்காலமாக எவ்வாறு ஒரு கண்ணோட்டம் வளர்ச்சியுற்று வந்தது, அதனை அந்தக் கவிஞன் எவ்வாறு பிரதிபலிக்கிறான் அல்லது அவற்றை மீறிப் புதிய லட்சியங்களுக்குப் பூபாளமிசைக்கிறான் என்பவற்றைத் துல்லியமாக எடை

---

81 பொன்னீலன் (பதி.), மு.சு.நூ., பா. ஆனந்தகுமார், மு.சு.க. ப.316.

82 நல்லி குப்புசாமி செட்டியார் (பதி.), *பாரதி–யார்?*, ப.75.

போட்டுப் பார்க்கவேண்டும். அப்படிப் பார்த்தால் தான், பாரதி எந்த அளவிற்குத் தான் எடுத்துக்கொண்ட ஒவ்வொரு கவிதைப் பொருளிலும் தன் பாரம்பரியத்தை மீறி நிற்கிறார் என்பது தெளிவாகும். முக்கியமாகப் பெண் விடுதலை, கற்பு, விவாகரத்து, விதவை மணம் போன்றவற்றில் நம் தமிழ் இலக்கியப் பரம்பரையிலிருந்து பாரதி எத்தனை அடிதூரம் முன்னோக்கி அடி எடுத்து வைத்திருக்கின்றார் என்று சொல்லவும் வேண்டியதில்லை”[83]

இப்படி *1982* இல் எழுதிய அதே அ. மார்க்ஸ்தான், *2005* இல் பின்வருமாறும் எழுதியுள்ளார்.

“பால்ய மணத்தடை, விதவை மறுமணம் ஆகியவற்றைப் பாரதி மனப்பூர்வமாக ஏற்றபோதும் விவாகரத்து உரிமை, குடும்பக் கட்டுகளைத் தகர்த்தல் ஆகியவற்றை அவர் ஏற்கவில்லை. கருக்கலைப்பு உரிமை பற்றிப் பாரதி நினைத்தும் பார்த்ததில்லை. குடும்பம் என்பது பெண்களைச் சிறையிட்டு வைத்துள்ள நிறுவனம். அரசின் சிறிய வடிவமே குடும்பம் முதலான பெண்ணுரிமைச் சிந்தனைகளுக்குப் பாரதி கடுமையான எதிரியாகவே இருந்தார்”.[84]

என்கிறார் இன்றைய அ. மார்க்ஸ். கால மாற்றத்தால் கவிஞனைப் பற்றிய விமர்சனப்பார்வை, தலைகீழாக மாறக்கூடாது என்பதன்று. பாரதி பற்றிய ஒன்றுக்கொன்று முரணான இருவேறு பார்வைகளுக்குப் பாரதியின் பிரதி இடமளிப்பதாய் உள்ளதுதான் வியப்பாகும். இங்கு அ. மார்க்ஸ் விவாகரத்து உரிமையையும், குடும்பக் கட்டுகளைத் தகர்த்தலையும் பாரதி மனப்பூர்வமாக ஏற்கவில்லை என்று கூறுவது உண்மையன்று. பெண்விடுதலை தொடர்பாகப் பாரதி பிரகடனம் செய்த புகழ்பெற்ற பத்து ஆரம்பப் படிகளுள், மூன்றாவதும் ஆறாவதுமான கருத்துகள், இங்கு எடுத்துக்காட்டத் தக்கனவாகும்.

83 பெ. மணியரசன் – அ. மார்க்ஸ், *பாரதி ஒரு சமூகவியல் பார்வை*, ப.109.

84 அ. மார்க்ஸ், *தீராநதி*, செப்டம்பர் 2005, மு.சு.க. ப.34.

> "3. விவாகம் செய்துகொண்ட பிறகு அவள் புருஷனை விட்டு நீங்க இடங்கொடுக்க வேண்டும். அதன் பொருட்டு அவமானப் படுத்தக்கூடாது.
>
> 5. விவாகமே இல்லாமல், தனியாக இருந்து வியாபாரம், கைத்தொழில் முதலியவற்றால் கௌரவமாக ஜீவிக்க விரும்பும் ஸ்திரீகளை யதேச்சையான தொழில் செய்து ஜீவிக்க இடங்கொடுக்க வேண்டும்"[85]

என்கிறார் பாரதி. இங்குப் பாரதி விவாகரத்தை ஆதரிப்பதுடன் மட்டுமல்லாமல், விவாகரத்துப் பெற்று வாழும் பெண்ணுக்கு மதிப்பளிக்கப்பட வேண்டும் என்பதிலும் கவனம் செலுத்தக் காண்கிறோம். கருக்கலைப்பு உரிமையைப் பாரதி பேசவில்லை என்பது உண்மையாகலாம். ஆனால், கருக்கலைப்பு உரிமையை மறுத்தவராகப் பாரதியைப் புரிந்துகொள்வதற்கில்லை. மேலும், குடும்பக் கட்டுகளைத் தகர்த்தலை ஏற்காதவராக அ. மார்க்ஸால் கூறப்படும் பாரதி, குடும்பமே இன்றித் தனித்து வாழவும் பெண்ணுக்கு முழு உரிமை உண்டென வலியுறுத்துவதும் அறியத்தக்கதாகும். விவாகரத்தே வேண்டாம் என்பதன்று; விவாகரத்தில் அவசரம் கூடாது என்பதுதான் பாரதியின் பார்வையாகும்.[86] 'குடும்பம் வேண்டாம்' என்ற கருத்தியலைப் பாரதி காலத்துத் தமிழ்ச் சிந்தனையாளர்கள் எவரும் பேசவில்லை என்பதும், பெண்ணுக்குக் கர்ப்பப்பை வேண்டாம் எனப் பேசிய பெரியார் ஈ.வெ.ரா. பாரதிக்குப் பிறகான காலத்தில்தான் தலைவராக எழுச்சி பெறுகிறார் என்பதும், இங்குக் கருதத்தக்கவையாகும்.

குடும்பத்தைப் பெண்ணை ஒடுக்கும் சிறையாகப் பாரதி காணாத போதிலும், இதம் தரும் மனையை விட்டு நீங்கிப் பெண்களும் விடுதலைப் போராட்டத்தில் பங்கேற்க வேண்டுமென அவர் விழைந்துள்ளதைப் புறக்கணிப்பதற்கில்லை. இந்து மதத்துக்குள் எவ்வாறு தள்ள வேண்டியவற்றைத் தள்ளிக் கொள்ள வேண்டியவற்றைப் பேணும் சீர்திருத்த நோக்குடையவராகப் பாரதி செயல்பட்டாரோ, அவ்வாறே குடும்ப அமைப்புக்குள்ளும் ஆணின் அதிகாரத்தை ஏற்க மறுத்துப் போராட்ட உணர்வுடன்

---

85 பெ. தூரன் (தொகு.), மு.சு.நூ. ப.95.

86 பூம்புகார் பதிப்பகம், *பாரதியார் கட்டுரைகள் (முழுவதும்)*, ப.175.

தமது உரிமைகளைப் பெண்கள் பெற வேண்டுமெனப் பாரதி வாதிட்டார். மணம் என்பது பெண்ணின் உரிமை, விருப்பம் எனப் பேசினார்.

'விட்டு விடுதலையாகி நிற்பாய் அந்தச் சிட்டுக்குருவியைப் போல' எனப் பெண்ணுக்கும் ஆணுக்குமாய்ப் பாடும் பாரதி, குடும்பக் கட்டுக்களைத் தகர்த்தலைப் பற்றிச் சிந்திக்காதவரல்லர். ஆனால், அவ்வாறு செய்வதால் விளையும் சமூகப் பயன்பாடு என்ன என்பதே, நம் முன்னுள்ள வினாவாகும். இல்லறத்தை விட்டுத் துறவறத்துக்குள் புகுந்து கொள்ளச் சொல்லும் வறட்டுத் தத்துவத்தைப் பாரதி எதிர்ப்பதாலேயே, குடும்ப அமைப்பைச் சீர்திருத்திப் பெண்ணும் ஆணும் சரிநிகர் சமானமாய் வாழ வழிவகை காண வேண்டுமென்கிறார். இதன் பொருள், குடும்பச் சிறையை ஏற்றவர் பாரதி என்பதாகாது. மாறாகக் குடும்பச் சிறையைக் 'குடும்ப வெளியாக' மாற்றிவிட இயலும் என்ற நம்பிக்கைவாதியாகவே பாரதி திகழ்கிறார்.

எனவே,

> "பெண்கள் முன்னேற்றம் குறித்த உலகளவிலான சிந்தனைகளைத் தொகுக்க முற்படுவோர் பாரதியை விடுக்க இயலாது. பெண்கள் முன்னேற்றம் குறித்த உலகச் சிந்தனையாளர்களின் வரிசையில் பாரதி முன்னணியில் நிற்கிறார் என்று கூறுவதே பொருத்தமுடையதாகும்"[87]

எனலாம். இவ்வகையில், எதனையும் உலகமளாவியதாகப் பார்க்கும் பாரதி, பெண்ணுரிமையையும் தம் உலக நோக்கிலிருந்தே காண்கிறார் எனலாம்.

---

87 சு. இளமதி சானகிராமன், *பாரதியின் சமுதாயச் சிந்தனைகள்*, ப.41.

தொகுப்புரை

பாரத நாட்டின் விடுதலையை மையப்படுத்தித் தேசியத் தலைவர்களின் செயல்பாடுகளைப் போற்றிப் பாரதி பாடியவை நாட்டுப் பாடல்களாகும். இத்தலைப்பின்கீழ்த் தொகுக்கப்பட்டுள்ள கவிதைகளில், தமிழ்நாடு மற்றும் பிற நாடுகளைப் போற்றிப் பாரதி பாடிய பாடல்களும் இடம்பெற்றுள்ளன. இப்பாடல்களில் பெண்ணின் அரசியல் பங்கேற்பை வலியுறுத்துகிறவராகப் பாரதி காணப்படுகிறார். தாய்நாட்டைத் தாயாகக் கருதி வழிபடும் பண்பு, தாயன்பின்றி வளர்ந்த பாரதிக்கு இயல்பாக அமைந்திருந்த காரணத்தால், இந்நாட்டுப் பாடல்களில் தாய்மைக்கும் பெண்மைக்கும் மதிப்பளிக்கும் போக்கையே பெரிதும் காண்கிறோம்.

'பாரத தேவி' எனும் புனைவின் வழியே, அடிமைப்பட்ட அன்றைய பாரத நாட்டை மட்டுமின்றி, அடிமைப்பட்ட பாரதப் பெண்ணையும் பாரதி காட்டுகிறார். 'பாரத தேவி' மற்றும் 'பாரத மாதா' எனும் தொன்மக் கருத்தியல், நாட்டுடன் பெண்ணையும் குறிக்கும் அடையாளச் சொல்லாகப் பாரதியிடம் வெளிப்படுகிறது. பாரத நாட்டைப் பாரத தேவியாக்கி 'அரிமிசை ஊர்பவளாகப் பெருமிதத்துடன் பாரதி சுட்டுவதன்வழி, 'பராசக்தி' எனும் பழந்தொன்மத்தைப் 'பாரத தேவி' எனும் ஆக்கப்புனைவாகப் பாரதி மடைமாற்ற முனைவதாகத் துணியலாம். மேலும், இந்து மரபிலுள்ள ஏராளமான ஆண் தெய்வத் தொன்மங்களைப் பாரத தேவனாக்கிப் பயன்படுத்தாமல், 'பாரத தேவி' என்ற தாய்த் தொன்மத்துக்கே பாரதி முதன்மையளித்துள்ளதும் குறிப்பிடத்தக்கதாகும்.

ஔவையார், நிவேதிதை ஆகிய இருபெரும் பெண் ஆளுமைகளைத் தம் குருதேவிகளாக ஏற்று, அவர்களால் உத்வேகம் பெற்ற பாரதி, தம் நாட்டுப் பாடல்களில் வாய்ப்பு நேரும் இடங்களிலெல்லாம் பெண்மையின் பெருமையைப் பாடத் தயங்கவில்லை. பிறப்பால் இந்துவான பாரதி, தேசியக் கருத்தியலில் பன்மை அடையாளங்களைப் பேணுவது போலவே, பெண் விடுதலையிலும் குறிப்பிட்ட சில வரையறைகளுக்குள் சிக்காமல், தம் கருத்தியலைப் பெண்குலம் முழுமைக்குமானதாக வளர்த்தெடுக்க முனைந்தார். இதனைக் 'கரும்புத் தோட்டத்திலே' வதைபடும் அடித்தட்டுப் பெண்களைப் பொருட்படுத்திப் பாரதி கவிதை படைத்தமையால் அறிகிறோம். இவ்வகையில், நாட்டு விடுதலையுடன் பெண் விடுதலைக்கும் முதன்மையளித்துத் தம் நாட்டுப் பாடல்களைப் பாரதி புனைந்துள்ளதாகக் கொள்ளலாம்.

பாரதநாடு, விடுதலை இயக்கம், தேசியத் தலைவர்கள், தமிழ்நாடு மற்றும் பிற நாடுகளைப் போற்றிப் பாரதி நாட்டுப் பாடல்களில், நாட்டு விடுதலையுடன் பெண் விடுதலையும் இணைத்தே பேசப்படுகின்றது. நாட்டுப் பாடல்களின் பொதுவான பாடுபொருள் 'விடுதலை' அரசியலாக இருந்தபோதிலும், இப்பாடல்களில் பாரதி 'வீடே பெண்ணின் உலகம்' எனப் பெண்ணைக் குறுக்காமல், பெண்ணுக்கு ஆதரவாகவும், பெண் அடையாளத்தைப் பேணியுமே கருத்துகளை வெளிப்படுத்தியுள்ளார்.

குடும்ப வாழ்வில் பெண்ணுக்குள்ள தனிக்கடமைகள் குறித்த பாரதியின் கருத்துக்கள், மிகவும் விரிவான விவாதத்திற்குரியவை ஆகும். பல்வேறு சூழல்களின் பின்னணியில் பாரதியால் புனையப்பட்ட நாட்டுப் பாடல்களில், பெண்ணுரிமை தொடர்பான முற்போக்கான பல கருத்துகள் எடுத்துரைக்கப்பட்டுள்ளன. அக்கருத்துகளைக் குறிப்பிட்ட வர்க்கம், சாதி, மதம், இனம் என்ற தடைகளைத் தாண்டிப் பெண்குலம் முழுமைக்குமானதாகப் பிரபஞ்சப் பார்வையுடன் பாரதி பேசியுள்ளதும் குறிப்பிடத்தக்கதாகும்.

நாட்டுப் பாடல்களை நுணுகி ஆராயும் எவருக்கும், பாரத தேவியின் முகத்துக்குள் நாடாகிய தாய் மட்டுமல்லாமல், ஆணால் அடிமைப்படுத்தப்பட்ட பெண்ணின் முகமும் தெரிவது

தவிர்க்க இயலாததாகும். மேலும், அரசியலிலிருந்து பெண்களை விலக்கி நிறுத்தும் பொதுவான ஆண் மனப்போக்கிற்கு மாறாகப் ‘பெண்’ குறித்த நவீன நோக்குடன் இப்பாடல்களைப் பாரதி புனைந்துள்ளார். மிகச்சில இடங்களில், ‘குடும்பப் பெண்’ பற்றிய பழம் மரபு சார்ந்த தமிழ்ச் சமூக ஆண் மனநிலையைப் பாரதியும் வழிமொழிந்துள்ளார். எனினும், இதற்காகப் ‘பாரதி’ என்ற தனி மனிதனைக் கவிஞனைக் குற்றம் சாட்டுதைவிடவும், அக்கவிஞர் வாழ நேர்ந்த ‘ஆண் முதன்மைச் சமூகச் சூழலை’ அதற்குக் காரணமாக்குவதே உகந்ததாகும்.

குடும்ப அமைப்பே தேவையற்றது என்று பாரதி கருதவில்லை; குடும்பத்தில் சமத்துவம் பேணப்படவேண்டும் என்பதுதான் அவரது எதிர்பார்ப்பாகும். கற்பு, குடும்பம், குழந்தை வளர்ப்பு, வீட்டுப் பராமரிப்பு ஆகியவற்றைப் பெண்களை முடக்கும் கருத்தியலாகப் பாரதி பார்க்கவில்லை. கற்பு வேண்டும்; ஆனால் அது பெண் ஆண் இருவருக்கும் பொது என்பதுதான் அவரது பார்வையாகும். இவ்வகையில், மரபின் விழுமியங்களைப் பாரதி ஏற்றாலும், அவற்றிலிருந்த சமத்துவக் கருத்தியலுக்கு ஊறு விளைவிக்கும் அம்சங்களைப் பாரதி விமர்சித்தார் எனலாம்.

அறிவும் ஆற்றலும் வாய்ந்தவள் பெண்; பெண்ணால் ஆண் வளமும் ஏற்றமும் பெறுவான் என்று பாரதி கருதினார். பெண்ணும் ஆணும் இணைந்து வாழும் வாழ்வே பொருளுடையது; துறவறத்தைக் காட்டிலும் இல்லறமே மேன்மையுடையது என்று வலியுறுத்தினார். பல்வேறு நியாயமான காரணங்கள் பொருட்டுப் பெண் தனித்து வாழ விரும்பினால், அதற்குச் சமூகம் அனுமதியளிக்க வேண்டும் என்று கூறியதுடன், பெண்ணைப் போகப் பொருளாகக் காணும் பார்வையையும் கண்டித்தார். மேலும், ஆணைத் திருத்தி நல்வழிப்படுத்தும் வலிமை பெண்ணுக்குண்டு என்றும் நம்பினார்.

பெண் கல்வியைச் செயலாற்றலைத் தூண்டும் நோக்கில் நின்று பாரதி வற்புறுத்தியதாகக் கொள்ளலாம். எட்டும் அறிவினில் ஆணுக்குப் பெண் இளைப்பில்லை என்ற நிலைமை உலகம் முழுவதும் ஏற்பட வேண்டுமென்று பாரதி விரும்பினார். பெண் கல்வி பெருகினால் மட்டுமே நாடும் வீடும் ஏற்றமடையும்;

பெண்ணும் ஆணும் சரிநிகர் சமானமாக வாழ இயலும் என்பதும் அவர் எண்ணமாக இருந்தது.

பால்ய விவாகத் தீமைக்குப் பெண்கல்வியின்மையே தூண்டுதலாகிறது என்பதால், மேற் கல்வியின் அனைத்துக் கிளைகளிலும் பெண்ணுக்குப் பயிற்சி ஏற்படுத்த வேண்டுமென்று பாரதி விழைந்தார். மனித உறவுகளில் நிலவும் நுண்மையான தர வேறுபாடுகளுக்குப் பொருளே காரணமாகிறது என்ற அடிப்படையான புரிதல் பாரதிக்கு இருந்தது. எனவே தான் அவர், பெண்ணுக்குச் சொத்துரிமையும், கல்வி கற்று உயர்பதவிகளுக்குச் சென்று பொருளீட்டும் வாய்ப்பும் வேண்டும் என்று மீண்டும் மீண்டும் முரசறைவித்தார்.

'வீடு' என்பதைச் சிறையாகப் பாரதி பார்க்கவில்லை; பெண்ணும் ஆணும் புழங்கும் ஒரு சமூக நிறுவனமாகவே கண்டார். ஆனால், ஆணை விடவும் குடும்பத்தில் பெண்ணுக்குக் கூடுதல் பொறுப்புள்ளதாகக் கருதினார். இதற்குப் பொருள், ஆணுக்குக் கீழ்மைப்பட்டவளாகப் பெண்ணைப் பாரதி கருதினார் என்பதன்று; மாறாகப் பெண்ணைச் சார்ந்து வாழவேண்டிய இயலாமை கொண்டவனாகப் பாரதி ஆணைக் கண்டதே காரணமாகும்.

காதலைப் பாரதி கொண்டாடினார். சமூக மாற்றத்தை விரைவுபடுத்தும் ஆற்றல் படைத்த கருவியாகக் காதலைப் புனைந்தார். காதல் செய்வது, உயிர் இயற்கை என்பது அவர்தம் கோட்பாடாகும். இந்த உயிர் இயற்கை கோட்பாட்டைத் துணிந்து வலியுறுத்திய வகையில், அச்சம், மடம், நாணம், பயிர்ப்பெனக் குறுக்கப்பட்டிருந்த தமிழ்ப் பெண்ணின் வாழ்வில் புதிய காற்றைப் புகவிட்டார். மேலும், காதலைப் பெண்ணுக்கும் ஆணுக்கும் சரிநிகர் சமானத் தன்மை கொண்டதாகப் பாரதி மடைமாற்றம் செய்து பாடியதும் கருதத்தக்கதாகும்.

'மணத்தேர்வு' உரிமை பெண்ணுக்குண்டு என்று பாரதி வாதிட்டார். 'பெண்ணின் வாழ்வைப் பெண்ணே தீர்மானிக்க வேண்டும்' என்ற கருத்தியலையும் வலியுறுத்தினார். இவ்வகையில் மரபை மீறும் புதுமை நோக்குடையவராகப் பாரதி காணப்பட்டாலும், 'விடுதலைக் காதல் கொள்கையைப் பாரதி முற்றிலுமாக மறுதலித்தார்.

கவிதைகளில் மட்டுமல்லாமல், தனிப்பட்ட தம் வாழ்விலும் பெண்ணைப் போற்றி வழிபட்டார் பாரதி. தம் குருதேவியாகச் சகோதரி நிவேதிதையை அவர் வரித்துக் கொண்டதும், சக்தி உபாசகராகக் காளி பக்தராகத் திகழ்ந்ததும், மனைவியைப் புகழ்ந்து 'காதல்' பாடல்களைப் பாடத் தயங்காததும், மனைத் தலைவியை மகாசக்தியாக வழிபட்டதுமான செய்திகளைப் பாரதி வரலாறுவழி அறிகிறோம்.

மண வாழ்வில் பாரதிக்கும் செல்லம்மாவுக்கும் பல முரண்பாடுகள் இருந்தபோதிலும், கூடுமானவரையில் தாம் பேசிய எழுதிய பெண்ணியக் கருத்துகளுக்கு இசைவாகவே தம் வாழ்வைப் பாரதி அமைத்துக்கொள்ள முனைந்ததாகத் துணியலாம். இவ்வுண்மை வலுக் காரணமாகத்தான் பாரதியின் எழுத்துகள், குறிப்பாகப் பெண்ணிய எழுத்துகள், சார்பாகவோ எதிராகவோ புதிய கருத்துகளைக் கிளறிவிடும் திறந்தநிலைப் பிரதிகளாகக் (Open Text) காணப்படுகின்றன எனலாம்.

பாரதியின் கருத்துலகில் மிகப்பெரும் இடத்தைக் குடும்பம் குறித்த சிந்தனைகள் பிடித்துக் கொண்டுள்ளதாகத் தெரிகிறது. வீட்டையும் மனைவியையும் போற்றுவதில் பாரதிக்குள்ள ஈடுபாடு அளவற்றதாகும். பெண்களையும் குழந்தைகளையும் பிரிவதைப் பெருந்துன்பமாகப் பாரதி காண்கிறார். குடும்ப அமைப்பைப் பெண் விடுதலைக்குத் தடையாகப் பாரதி கருதவில்லை; மாறாகப் பெண்களுக்கான பாதுகாப்பரணாகவே போற்றுகிறார்.

வீட்டு வாழ்வில் மட்டுமல்லாமல், நாட்டு முன்னேற்றத்திலும் பெண்களுக்குப் பெரும் பங்குள்ளதாகப் பாரதி கருதினார். பெண்களின் அரசியல் பங்கேற்பை வரவேற்றுப் பாடும் பரந்த மனமும் பாரதிக்கு இருந்தது. நாட்டு விடுதலையிலிருந்து விலகி நின்று 'குடும்ப நலம் பேணுவோரைப் பாரதி கடிந்துரைத்தார். மிகமிக அரிதாகக் குடும்ப அமைப்பைப் பாரதி விமர்சிக்கும் இடமாக, இதனைச் சுட்டலாம்.

'ஆணுக்கு வலிமையும் வீரமும்; பெண்ணுக்கு அழகும் கற்பும்' என்ற மரபான பண்பு வரையறையைப் பெரும்பாலும் பின்பற்றியே, 'பெண்' குறித்த தம் கருத்துகளைப் பாரதி பதிவு செய்துள்ளார். காலமாற்றத்தால் தேய்ந்துபோன பொருளற்ற

வெற்றுச் சொல்லாகப் பெண்ணியம் கருதும் 'கற்பு' என்ற சொல் பற்றிப் பாரதி ஆழ்ந்து சிந்தித்துள்ளார். எனவேதான், 'கற்பு' என்பதைப் பெண்மீது ஆண் சுமத்திய விலங்காகக் காணாமல், பெண்ணுக்கும் ஆணுக்கும் பொதுநிலையில் "கற்பை வைத்து 'மணவாழ்வு நம்பிக்கை' (Wedded faith) என்பதாகக் கற்புக்குப் புதுப்பொருளைப் பாரதி புனைகிறார்.

ஆரோக்கியமான விமர்சனங்களுக்கு இடம் தருபவையாய்ப் பாரதியின் 'பெண்' பதிவுகள் காணப்படுகின்றன. தாம் வாழ நேர்ந்த ஆணாதிக்கச் சூழலின் நெருக்கடி காரணமாகப் பெண் விடுதலையை ஆண்நோக்குச் சார்ந்து சில இடங்களில் பாரதி பேசியுள்ள போதிலும், முழுமை நிலையில் ஆராயும்போது, பெண்ணை ஆக்கபூர்வமான ஆற்றலாகவே இனம் கண்டு பாரதி அடையாளப்படுத்தியுள்ளார் என்பது மறுக்கவோ மறைக்கவோ இயலாத ஓர் உண்மையாகும். இந்த உண்மைதான் பாரதியின் ஆகப்பெரிய பலமாகும்.

◉

துணைநூற்பட்டியல்

அ. தமிழ் நூல்கள்

அரசு. வீ. (பதி.), பெண்ணியமும் பாரதியும், முதற்பதிப்பு, நவம்பர் 2001, அலைகள் வெளியீட்டகம், சென்னை.

இராமலிங்கம் வீ.சு. (தொகு.), பன்னிருவர் பார்வையில் பாரதி, முதற்பதிப்பு, 2003, பாரதி இயக்கம் வெளியீடு, திருவையாறு.

இளங்கோ ச.சு., பாரதிதாசன் பார்வையில் பாரதி, இரண்டாம் பதிப்பு, 2004, பொன்னி வெளியீடு, சென்னை.

இளமதி சானகிராமன், பாரதியின் சமுதாயச் சிந்தனைகள், முதற்பதிப்பு, 2004, உலகத் தமிழாராய்ச்சி நிறுவனம், சென்னை.

இறையரசன் பா., இதழாளர் பாரதி, முதற்பதிப்பு, 1995, நியூ செஞ்சுரி புக் ஹவுஸ் (பி) லிட்., சென்னை.

இஸ்மாயில் மு.மு., கவிச்சக்கரவர்த்தியும் கவியரசரும், இரண்டாம் பதிப்பு, 1993, வானதி பதிப்பகம், சென்னை.

ஏழுமலை. சொ., பாரதியின் தமிழியம், முதற்பதிப்பு, 2004, புதுச்சேரி கூட்டுறவுப் புத்தகச் சங்க வெளியீடு, புதுச்சேரி.

குமரி அனந்தன் (தொகு.) சிந்தனைப் பண்ணையில் பாரதி, இரண்டாம் பதிப்பு, 1983, வானதி பதிப்பகம், சென்னை.

குருசாமி ம.ரா.போ., பாரதியார் ஒரு பாலம், இரண்டாம் பதிப்பு, 1993, நரேந்திர சிவம் பதிப்பகம், கோவை.

கைலாசபதி க., பாரதி ஆய்வுகள், மூன்றாவது பதிப்பு, 2002, குமரன் பப்ளிஷர்ஸ், சென்னை.

சகுந்தலா பாரதி, என் தந்தை, இரண்டாம் பதிப்பு, 2003, பழனியப்பா பிரதர்ஸ், சென்னை.

சண்முகம் இராம - மோகன் இரா. (தொகு.), பாரதி இயல், முதற்பதிப்பு, 1988, மணிவாசகர் பதிப்பகம், சென்னை.

சித்பவானந்தர், சகோதரி நிவேதிதை, ஆறாம் பதிப்பு, 1988, தபோவனப் பிரசுராலயம், திருச்சி.

சிவஞானம் ம.பொ., பாரதி பற்றி ம.பொ.சி. பேருரை, இரண்டாம் பதிப்பு, 2003, பூங்கொடி பதிப்பகம், சென்னை.

சிற்பி பாலசுப்பிரமணியம் (பதி.), ஆய்வுக்கோவை 2004, இக்கால இலக்கியம், முதற்பதிப்பு, 2004, இந்தியப் பல்கலைக்கழகத் தமிழாசிரியர் மன்றம், திருச்சி.

சுப்பிரமணியன் நா., இந்தியச் சிந்தனை மரபு, இரண்டாம் பதிப்பு, 1996, சவுத் ஏசியன் புக்ஸ், சென்னை.

சுப்புரெட்டியார் ந., குயில்பாட்டு ஒரு மதிப்பீடு, முதற்பதிப்பு, 1982, பாரி நிலையம், சென்னை.

செல்லம்மா பாரதி, பாரதி வாழ்க்கை, முதற்பதிப்பு, 1945, சக்தி காரியாலயம், சென்னை.

தங்கம்மாள் பாரதி, எந்தையும் தாயும், முதற்பதிப்பு, 1978, வானதி பதிப்பகம், சென்னை.

தூரன் பெ., பாரதி தமிழ் வசனத் திரட்டு, முதற்பதிப்பு, 1978, நேஷனல் புக் டிரஸ்ட், புதுதில்லி.

தோதாத்ரி எஸ்., பாரதி பற்றி, முதற்பதிப்பு, 2004, நியூ செஞ்சுரி புக் ஹவுஸ் (பி) லிட்., சென்னை.

நல்லி குப்புசாமி செட்டியார், தமிழ்நாட்டு மாதருக்கு, முதற்பதிப்பு, 1997, ஸ்ரீ புவனேஸ்வரி பதிப்பகம், சென்னை.

நல்லி குப்புசாமி செட்டியார், பாரதி-யார்?, முதற்பதிப்பு, 1999, ஸ்ரீ புவனேஸ்வரி பதிப்பகம், சென்னை.

நுஃமான் எம்.ஏ., திறனாய்வுக் கட்டுரைகள், முதற்பதிப்பு, 1985, அன்னம் (பி) லிட்., சிவகங்கை.

நுஃமான் எம்.ஏ., பாரதியின் மொழிச் சிந்தனைகள், இரண்டாம் பதிப்பு, 1999, சவுத் விஷன், சென்னை.

பச்சியப்பன் இரா., பாரதியின் புதுச்சேரி வாழ்க்கை, முதற்பதிப்பு, 2004, பொன்னி வெளியீடு, சென்னை.

பத்மநாபன் ரா.அ., (தொகு.), பாரதி புதையல் - 3, முதற்பதிப்பு, 1975, அமுத நிலையம் லிமிடெட், சென்னை.

பத்மநாபன் ரா.அ. (தொகு), பாரதியின் கடிதங்கள், முதற்பதிப்பு, 1982, காலச்சுவடு பதிப்பகம், நாகர்கோவில்.

பாண்டியன் தா., பாரதியும் யுகப்புரட்சியும், முதற்பதிப்பு, 2008, குமரன் பதிப்பகம், சென்னை.

பாரதியார், பாரதியார் கட்டுரைகள், ஐந்தாம் பதிப்பு, 2001, பூம்புகார் பதிப்பகம், சென்னை.

பி.ஸ்ரீ., பாரதி நான் கண்டதும் கேட்டதும், நான்காம் பதிப்பு, 1970, ஸ்டார் பிரசுரம், சென்னை.

பிரேமா நந்தகுமார், சுப்பிரமணிய பாரதி, தமிழாக்கம் (வி. எம். சாம்பசிவன்) சுப்பிரமணிய பாரதி, மறுபதிப்பு, 1984, நேஷனல் புக் டிரஸ்ட், புதுடில்லி.

பொன்னீலன் (பதி.), பாரதி என்றென்றும், முதற்பதிப்பு, 2008, நியூ செஞ்சுரி புக் ஹவுஸ் (பி) லிட்., சென்னை.

மங்கை அ., பெண்ணிய அரசியல், முதற்பதிப்பு, 2005, பரிசல் வெளியீடு, சென்னை.

மணி பெ.சு., தூய அன்னை சாரதா தேவி பன்முகப் பார்வை, முதற்பதிப்பு, 2003, மணிவாசகர் பதிப்பகம், சென்னை.

மணி பெ.சு., பத்திரிகை உலகில் பாரதியார் சாதனைகள், முதற்பதிப்பு, 2006, மணிவாசகர் பதிப்பகம், சென்னை.

மணி பெ.சு., பாரதியாரும் சமூக சீர்திருத்தமும், இரண்டாம் பதிப்பு, 1982, திருமகள் நிலையம், சென்னை.

மணி பெ.சு., பாரதியியல் ஆய்வுக் கட்டுரைகள் (பாகம் இரண்டு), முதற்பதிப்பு, 2001, பூங்கொடி பதிப்பகம், சென்னை.

மணியரசன் பெ. - மார்க்ஸ் அ., பாரதி ஒரு சமூகவியல் பார்வை, முதற்பதிப்பு, 2007, தோழமை வெளியீடு, சென்னை.

மதிமாறன் வே., பாரதிய ஜனதா பார்ட்டி, இரண்டாம் பதிப்பு, 2006, அங்குசம் வெளியீடு, சென்னை.

மாதவன் சிவ., கதைக் கலைஞர் பாரதியார், முதற்பதிப்பு, 2004, குமாரி பதிப்பகம், புதுச்சேரி.

யதுகிரி அம்மாள், பாரதி நினைவுகள், முதற்பதிப்பு, 1954, அமுத நிலையம் (லிட்.), சென்னை.

ரகுநாதன் தொ.மு.சி., பாரதி காலமும் கருத்தும், முதற் பதிப்பு, 2008, நியூ செஞ்சுரி புக் ஹவுஸ் (பி) லிட்., சென்னை.

ராஜகோபாலன் கு.ப. - சுந்தரராஜன் பெ.கோ., (சிட்டி.), கண்ணன் என் கவி, முதற்பதிப்பு, 1987, பூங்கொடி பதிப்பகம், சென்னை.

ராஜூ தி.சா., பாரதி ஒரு வாழ்நெறி, முதற்பதிப்பு, 1976, அமுத நிலையம் லிட்., சென்னை.

வாசுகி சி., - அயோத்தி சி., பன்முக நோக்கில் பெண்ணியப் பதிவுகள், முதற்பதிப்பு, 2007, நியூ செஞ்சுரி புக் ஹவுஸ் (பி) லிட்., சென்னை.

வாலாசா வல்லவன், திராவிட இயக்கப் பார்வையில் பாரதியார், முதற்பதிப்பு, 2005, தமிழ்க் குடியரசு பதிப்பகம், சென்னை.

விசுவநாதன் சீனி., (பதி.), கால வரிசைப்படுத்தப்பட்ட பாரதி படைப்புகள், இரண்டாம் தொகுதி (1907) முதற்பதிப்பு, 2001, சீனி.விசுவநாதன் வெளியீடு, சென்னை.

விசுவநாதன் சீனி., (பதி.), கால வரிசைப்படுத்தப்பட்ட பாரதி படைப்புகள், மூன்றாம் தொகுதி (1908) முதற்பதிப்பு, 2002, சீனி.விசுவநாதன் வெளியீடு, சென்னை.

விசுவநாதன் சீனி., (பதி.), கால வரிசைப்படுத்தப்பட்ட பாரதி படைப்புகள், ஒன்பதாம் தொகுதி, முதற்பதிப்பு, 2008, சீனி. விசுவநாதன் வெளியீடு, சென்னை.

விசுவநாதன் சீனி., (பதி.), தமிழகம் தந்த மகாகவி, முதற்பதிப்பு, 1962, மேகலை பதிப்பகம், சென்னை.

விஜயபாரதி எஸ்., - சுந்தரராஜன் பி.கே., பாரதி கருத்தரங்கக் கட்டுரைகள் முதற்பதிப்பு, 2006, அல்லயன்ஸ் வெளியீடு.

விஜயபாரதி எஸ்., மகாகவி பாரதி ஒரு திறனாய்வு, முதற்பதிப்பு, 1978, வானதி பதிப்பகம், சென்னை.

வையாபுரிப் பிள்ளை எஸ்., தமிழ்ச் சுடர் மணிகள், முதற்பதிப்பு, 1995, வையாபுரிப் பிள்ளை நினைவு மன்றம், சென்னை.

ஜான் சாமுவேல் ஜி., ஷெல்லியும் பாரதியும் ஒரு புதிய பார்வை, இரண்டாம் பதிப்பு, 2000, ஆசியவியல் நிறுவனம், சென்னை.

ஆ. இதழ்கள்

- காலச்சுவடு இதழ் 84, டிசம்பர் 2006.
- குமுதம் தீராநதி, ஜூலை 2005.
- குமுதம் தீராநதி, செப்டம்பர் 2005.
- சர்வோதயம், இதழ் பீ), ஜனவரி 1983.
- புதிய கோடாங்கி, ஆகஸ்ட் 2004.

இ. ஆய்வுக் கோவை

சாயபு மரைக்காயர் (பதி.), பாரதியார் ஆய்வுக்கோவை, முதற்பதிப்பு, 2007, கங்கை புத்தக நிலையம், சென்னை.

சிற்பி பாலசுப்பிரமணியம், ஆய்வுக்கோவை (இக்கால இலக்கியம்), முதற்பதிப்பு, 2004, இந்தியப் பல்கலைக்கழகத் தமிழாசிரியர் மன்றம், திருச்சி.

ஈ. ஆங்கில நூல்கள்

Chellappan k., *Mahakavi Bharathi in the hearts of Soviet People* First Edition: 2007, New Century Book House (P) Ltd, Chennai.

Kailasapathy K., *On Bharathi*, First Edition: 1987, New Century Book House (P) Ltd, Chennai.

Ramakrishnan S., *Bharathi Patriot Poet Prophet*, First Edition, 1982, New Century Book House Private Ltd., Madras.

Sachithanandan V. *Whitman And Bharathi*, First Edition, 1978, Macmillan & Co, Madras.

◉